മഹാമാന്ത്രികൻ തേവലശേരി നമ്പി

MANTRIKA NOVEL

വിനോദ് നാരായണന്

Made with ♥ on the Notion Press Platform
www.notionpress.com

ഉള്ളടക്കം

ആമുഖം

ലോകത്തെവിടെയുമുള്ള യക്ഷിക്കഥകളിലെ പ്രധാന കഥാപാത്രങ്ങളാണ് മന്ത്രവാദികളും മന്ത്രവാദിനികളും. അവരുടെ കൂട്ടുകാരായി കുട്ടിച്ചാത്തന്മാരും പിശാചുക്കളും യക്ഷികളും ഉണ്ടാവും. പ്രാചീനകേരളത്തിൽ പ്രചരിച്ചിരുന്ന നിറപകിട്ടാർന്ന കഥകളിൽ യക്ഷിയോടും ഗന്ധർവനോടും മാടനോടും മറുതയോടുമൊപ്പം ശക്തൻമാരും ഉഗ്രപ്രതാപികളുമായിരുന്ന മന്ത്രവാദികളും ഉണ്ടായിരുന്നു. പ്രാചീനകേരളചരിത്രം എഴുതപ്പെട്ടിട്ടുള്ള പല രേഖകളിലും പ്രബലരായ നാട്ടുരാജാക്കന്മാരോടൊപ്പം തന്നെ പ്രധാനികളായിരുന്നു മന്ത്രവാദികളും. തിരുവിതാംകൂറിലെ പ്രശസ്തനും പ്രഗൽഭനുമായിരുന്ന മഹാമാന്ത്രികനായിരുന്നു തേവലശേരി നമ്പി. ഗന്ധർവനേയും വടയക്ഷിണിയേയും മറുതയേയുമൊക്കെ തന്റെ മന്ത്രവടിക്ക് മുമ്പിൽ അടക്കിനിർത്തിയ ആ അസാധാരണ മനുഷ്യന്റെ മഹാമാന്ത്രിക കഥകളാണ് ഈ പുസ്തകത്തിലൂടെ പറയുന്നത്

1

തേവലശേരി നമ്പി

മഹാമാന്ത്രികനായ തേവലശ്ശേരി നമ്പി തിരുവിതാംകൂറുകാരനായിരുന്നു. ചെങ്ങന്നൂർ എന്ന സ്ഥലത്തെ പ്രസിദ്ധമായ ദേവിക്ഷേത്രത്തിനടുത്താണ് തേവലശ്ശേരി നമ്പിയുടെ വീട്. തേവലശ്ശേരി നമ്പി എന്നത് ഒരു സ്ഥാനപ്പേരാണ്. നമ്പി എന്നത് ഹിന്ദുമതത്തിലെ ഒരു ജാതിയാണ്. മന്ത്രവാദം തൊഴിലായി സ്വീകരിച്ചവരാണിവർ. നമ്പിമാരിലെ പ്രധാനമന്ത്രവാദകുടുംബമായിരുന്നു ചെങ്ങന്നൂരെ തേവലശ്ശേരിക്കാരുടേത്. അവിടത്തെ കാരണവ ന്മാരാണ് തേവലശ്ശേരി നമ്പി എന്നറിയപ്പെടുന്നത്. പ്രശസ്തരായ പല നമ്പിമാരും മാന്ത്രികന്മാരായി അവരുടെ തലമുറയിലുണ്ട്.

കൊല്ലവർഷം 930 ൽ ജനിച്ച് ദാമോദരൻനമ്പിയാണ് ഒടുവിലത്തെ തേവലശ്ശേരി നമ്പി എന്നാണ് ചരിത്രം പറയുന്നത്. തേവലശ്ശേരികുടുംബം വകയായി ആറന്മുള വടക്കേക്കര നെടുംപ്രയാർ എന്ന സ്ഥലത്ത് ഒരു പരമ്പരാഗത കുംടുംബക്ഷേത്രവും അതിനോടനുബന്ധിച്ച് കുടുംബക്കാർക്കുള്ള മന്ത്രവാദശാലയുമുണ്ട്. തേവലശ്ശേരിക്കുംടുംബത്തിലെ എല്ലാ ആണുങ്ങളും അവരുടെ കുലാചാരമനുസരിച്ചുള്ള ഉപനയനവും മറ്റും കഴിഞ്ഞാൽ ഒരു വർഷക്കാലം നെടുംപ്രയാറെ കുടുംബഭഗവതിയുടെ ക്ഷേത്രത്തിൽ ചെന്ന് ഭജനമിരുന്ന് മന്ത്രവാദം പഠിക്കും.

ദാമോദരൻ നമ്പിയും അപ്രകാരം ചെയ്തു. മന്ത്രസാരം, യന്ത്രസാരം, പ്രപഞ്ചസാരം, പ്രയോഗസാരം, ശാരദാതിലകം തുടങ്ങിയ മന്ത്രവാദഗ്രന്ഥങ്ങൾ ഹൃദിസ്ഥമാക്കിയിട്ട്

പ്രശസ്തമാന്ത്രികനായിരുന്ന മുത്തച്ഛന്റെ അനുഗ്രഹവും വാങ്ങി അദ്ദേഹം മന്ത്രവാദത്തിനിറങ്ങി. അദ്ദേഹം നെടുംപ്രയാറെ കുടുംബഭഗവതിയെ സേവിച്ചിരുന്നതു കൂടാതെ ചെങ്ങന്നൂരമ്മയേയും സേവിച്ചിരുന്നു. തേവലശ്ശേരി നമ്പിക്ക് വിളിച്ചാൽ വിളിപ്പുറത്തായിരുന്നു ചെങ്ങന്നൂരമ്മ.

2

ചെങ്ങന്നൂരമ്മ

തേവലശ്ശേരി നമ്പിയെ കുറിച്ചുപറയുമ്പോൾ ചെങ്ങന്നൂരമ്മയെക്കുറിച്ചും ചിലത് പറയേണ്ടിയിരിക്കുന്നു. ചെങ്ങന്നൂർ എന്ന സ്ഥലത്തെ ആ ക്ഷേത്രത്തിൽ പാർവതീപരമേശ്വര പ്രതിഷ്ഠയാണുള്ളതെങ്കിലും ദേവിക്കാണ് പ്രശസ്തി. പെരുന്തച്ചനാണ് ആ ക്ഷേത്രത്തിന്റെ ശിൽപി. ആ ക്ഷേത്രത്തിന്റെ ഏറ്റവും വലിയ പ്രത്യേകത എന്തെന്നാൽ അവിടത്തെ ദേവിപ്രതിഷ്ഠ തൃപ്പൂത്ത് ആകുന്നു എന്നുള്ളതാണ്. അതായത് സ്ത്രീകൾക്കുള്ള മാസമുറ ദേവീവിഗ്രഹത്തിൽ പ്രത്യക്ഷമാകുമത്രേ. അത് ഇക്കാലത്തും തുടർന്നുകൊണ്ടിരിക്കുന്നു. ആ തൃപ്പൂത്ത് ഉടയാട വലിയ തുകക്കാണ് ലേലത്തിൽ പോകുന്നത്.

ക്ഷേത്രം പണിത് കുറേ നാളുകൾക്കുശേഷം പെരുന്തച്ചൻ പഞ്ചലോഹത്തിൽ നിർമിച്ച ഒരു പുതിയ ദേവിവിഗ്രഹവും കൊണ്ട് ചെങ്ങന്നൂരെ ഊരാണ്മക്കാരുടെ (ക്ഷേത്രഭരണക്കാരുടെ) അടുത്തെത്തിയിട്ട് പറഞ്ഞു : ‘മുന്നൂറ് വർഷങ്ങൾക്കുശേഷം ഈ ക്ഷേത്രം അഗ്നിബാധയുണ്ടായി നശിക്കും. അപ്പോൾ ദേവീവിഗ്രഹം പൊട്ടിത്തെറിച്ചുപോകും. അതിനുശേഷം ക്ഷേത്രം പുനരുദ്ധരിക്കുമ്പോൾ ഈ വിഗ്രഹം പ്രതിഷ്ഠിക്കണം. ഇക്കാര്യം ഒരു ഓലയിലെഴുതി സൂക്ഷിക്കണം. മാത്രമല്ല, ഈ വിഗ്രഹം ഈ സമയം ആഗതമാകുന്നതുവരെ ക്ഷേത്രത്തിനു സമീപമുള്ള നദിയിലെ കയത്തിലിടണം.”

ക്ഷേത്രം തന്ത്രിയായ താഴമൺപോറ്റി അതുപ്രകാരമെല്ലാം ചെയ്തു. മുന്നൂറു വർഷം കഴിഞ്ഞപ്പോൾ ക്ഷേത്രത്തിൽ അഗ്നിബാധയുണ്ടായി.

ശിവന്റെ വിഗ്രഹം നാട്ടുകാർ ചെളി കോരിയിട്ട് അഗ്നിബാധയിൽ നിന്ന് രക്ഷപ്പെടുത്തിയെങ്കിലും ഭഗവതിയുടെ വിഗ്രഹം പൊട്ടിത്തെറിച്ചുപോയി. തുടർന്ന് ക്ഷേത്രം പുനരുദ്ധാരണം നടന്നെങ്കിലും ഓലയിൽ എഴുതിവച്ചപ്രകാരം വിഗ്രഹം നേരത്തെയിട്ടു എന്നു പറഞ്ഞ കയത്തിലൊന്നും കണ്ടില്ല. പക്ഷേ ചില മരക്കാർക്ക് ആ നദിയിൽ നിന്ന് തന്നെ വിഗ്രഹം ലഭിക്കുകയും അത് അവർ ഊരാൺമക്കാരെ ഏൽപിക്കുകയും ചെയ്തു. തന്ത്രി അത് യഥാവിധി പ്രതിഷ്ഠിച്ചു. ആ വിഗ്രഹമാണ് ഇപ്പോഴും അവിടെ കാണുന്നത്.

ഇനി ചെങ്ങന്നൂരമ്മയുടെ ശക്തി വെളിവാക്കുന്ന ഒരു കഥ കൂടി പറഞ്ഞിട്ട് തേവലശ്ശേരി നമ്പിയിലേക്ക് മടങ്ങാം. തിരുവിതാംകൂർ രാജ്യം ബ്രിട്ടീഷ് റസിഡന്റ് ഭരിക്കുന്ന സമയം. മൺറോ സായിപ്പാണ് ബ്രിട്ടീഷ് റസിഡന്റും തിരുവിതാംകൂർ ദിവാനും. ഇദ്ദേഹത്തിനാണ് തിരുവിതാംകൂർ ദേവസ്വത്തിന്റെ ചുമതല. ചെങ്ങന്നൂർ ക്ഷേത്രം തിരുവിതാംകൂർ ദേവസ്വത്തിലാണ് പെടുന്നത്.

ചെങ്ങന്നൂരമ്മ തൃപ്പൂത്താകുന്നതൊന്നും മൺറോ സായിപ്പ് വിശ്വസിച്ചില്ല. ദേവി തൃപ്പൂത്തായാൽ ശ്രീകോവിലിൽ നിന്ന് ദേവിയെ പുറത്തേക്ക് എഴുന്നള്ളിച്ച് മൂന്നു ദിവസം പുറത്ത് പ്രത്യേകം ആലയമുണ്ടാക്കി പൂജനടത്തും. നാലു നായർ സ്ത്രീകളെ കാവൽ കിടത്തും. മൂന്നാം ദിവസം വിശേഷാൽ പൂജയും ആറാട്ടുമൊക്കെയായി ഉത്സവം തന്നെയായിരിക്കും. മൺറോ സായിപ്പ് ഇതൊന്നും വേണ്ടെന്നുവച്ച് ചിലവുകൾ വെട്ടിച്ചുരുക്കി.

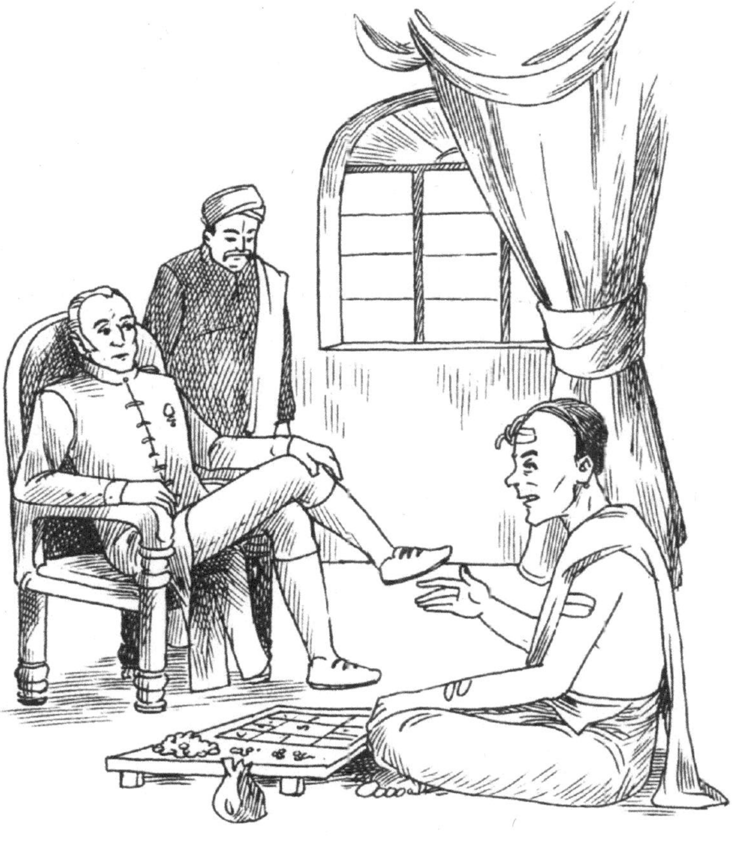

പക്ഷേ അപ്പോൾ മുതൽ മൺറോ സായിപ്പിന്റെ ഭാര്യയായ മദാമ്മക്ക് രക്തസ്രാവമാരംഭിച്ചു. പല ചികിത്സകളും നടത്തിയെങ്കിലും ഫലമുണ്ടായില്ല. ഒടുവിൽ സായിപ്പിന്റെ വിശ്വസ്തനായ ഒരു നായർ സായിപ്പിനുവേണ്ടി ഒരു ജ്യോത്സ്യനെക്കണ്ട് പ്രശ്നം വയ്പിച്ചു. അപ്പോൾ സംഗതി തെളിഞ്ഞു. ചെങ്ങന്നൂരമ്മയുടെ തൃപ്പൂത്തുത്സവം മുടക്കിയതാണ് പ്രശ്നം. സായിപ്പ് ഉത്സവം പുനസ്ഥാപിച്ചു.

അതിനുവേണ്ടുന്ന സംഖ്യ സ്വന്തം സ്വത്തിൽ നിന്ന് നീക്കി വക്കുകയും ചെയ്തു. അതൊടെ മദാമ്മയുടെ രോഗം മാറി. മൺറോ സായിപ്പിന് ചെങ്ങന്നൂരമ്മയുടെ ശക്തിയിൽ പൂർണവിശ്വാസമായി.

3

ഉഗ്രരൂപിണിയായ തുളുത്തി മറുത

നേരം പുലർന്ന് വരുന്നതേയുള്ളൂ.

ചെങ്ങന്നൂരമ്പലത്തിൽ നിന്നുള്ള മണിനാദങ്ങൾ ഉയർന്നുകേട്ടു.

നിർമാല്യത്തിന് നടതുറന്നതാണ്.

പച്ച പുതച്ച പാടശേഖരങ്ങൾക്ക് നടുവിലൂടെയുള്ള ചെമ്മൺപാതയിലൂടെ ഒരു കാളവണ്ടി അതിദ്രുതം സഞ്ചരിച്ചു.

അതിനകത്ത് അലറിക്കരയുകയും തുള്ളിയുറയുകയും ചെയ്യുന്ന ഒരു സ്ത്രീയെ കുറച്ചുപേർ ചേർന്ന് ബലമായി പിടിച്ചു വച്ചിരിക്കുകയാണ്.

പത്താളുകളുടെ ഭ്രാന്തമായ ശക്തിയുണ്ട് ആ സ്ത്രീക്ക്.

അവരുടെ അലർച്ചയിൽ ചെങ്ങന്നൂർ ഗ്രാമം നടുങ്ങി.

ഭ്രാന്തുപിടിച്ച ഒരു തരം കാറ്റ് പാടശേഖരങ്ങളെ ചുറ്റിയടിച്ച് ഭ്രമിപ്പിച്ചുകൊണ്ടിരുന്നു.

കാളവണ്ടിയുടെ യാത്ര ഓലകെട്ടിയ ഒരു വലിയ പടിപ്പുരക്ക് മുന്നിൽ അവസാനിച്ചു.

സ്ത്രീയെ ആളുകൾ വണ്ടിയിൽ നിന്ന് ഇറക്കി.

പടിപ്പുര കടക്കാൻ ആ സ്ത്രീ കൂട്ടാക്കിയില്ല.

ആളുകൾ ബലം പ്രയോഗിച്ച് അവരെ പൊക്കിയെടുത്ത് പടിപ്പുരക്കകത്തേക്ക് കൊണ്ടുവന്നു.

ആ വീട് പ്രസിദ്ധമായ തേവലശേരി തറവാടാണ്.

സൂര്യതേജസുള്ള ഒരു മനുഷ്യൻ ആ വീടിന്റെ കോലായിലെ ചാരുകസേരയിൽ കിടന്ന് അലസമായി വെറ്റില മുറുക്കുന്നുണ്ടായിരുന്നു.

അദ്ദേഹമാണ് കേരളം മുഴുവൻ പ്രശസ്തനായ നമ്പി. തേവലശേരി നമ്പി എന്ന മഹാമാന്ത്രികൻ.

നമ്പിയെ കണ്ടയുടൻ സ്ത്രീ കുതറിത്തുള്ളിക്കൊണ്ട് അലർച്ച തുടങ്ങി.

അവർ നമ്പിയോട് കയർത്തു. : "ഇങ്ങനെ കാലിൻമേൽ കാൽ കയറ്റിയിരിക്കാൻ നീയാരാണ്. നിന്റെ വേലകളൊന്നും എന്റെയടുത്ത് ചിലവാകുകയില്ല. ഇവരെ പെട്ടെന്നുതന്നെ പറഞ്ഞു വിട്."

നമ്പി ഒന്നും മിണ്ടിയില്ല.

സ്ത്രീ പിന്നേയും എന്തൊക്കെയോ പുലമ്പിക്കൊണ്ടിരുന്നു.

അവരുടെ ഒപ്പം വന്ന ഒരാളെ അടുത്തുവിളിച്ച് നമ്പി പറഞ്ഞു: "ഇവരെ പന്ത്രണ്ടുദിവസം ചെങ്ങന്നൂർ പടിഞ്ഞാറേ നടക്കൽ ഭജനമിരുത്തൂ."

അന്നുതന്നെ സ്ത്രീയെ ചെങ്ങന്നൂരമ്മയുടെ സവിധത്തിൽ ഭജനമിരുത്തി.

ഭജനമിരുന്ന പന്ത്രണ്ടു ദിവസവും ആ സ്ത്രീ വെറുതേ ചിരിച്ചുകൊണ്ടിരുന്നു.

നമ്പി പതിവായി ക്ഷേത്രത്തിൽ തൊഴാൻ ചെല്ലുമായിരുന്നു.

നമ്പിയെ കണ്ടാലുടൻ ഈ സ്ത്രീ ചാടിയെഴുന്നേറ്റ് കയർത്ത് സംസാരിക്കുകയും കണ്ണുരുട്ടിക്കാണിച്ച് പേടിപ്പിക്കുകയും ചില അശ്ലീലആംഗ്യങ്ങളൊക്കെ കാണിക്കുകയും ചെയ്യും.

പന്ത്രണ്ടാം ദിവസമായി. സ്ത്രീയിൽ ഒരു മാറ്റവുമില്ല.

നമ്പി അന്ന് ക്ഷേത്രത്തിലെത്തിയപ്പോൾ സ്ത്രീ പതിവിലധികം ക്രുദ്ധയായി നമ്പിയോട് ചോദിച്ചു: "നീയെന്താ ഇവിടെ വന്നിരിക്കുന്നത്? നിനക്കെന്താ ഇവിടെ കാര്യം? ഓടടാ.."

നമ്പി അതൊന്നും ഗൗനിച്ചില്ല.

ശാന്തിക്കാരനോട് പ്രത്യേകം ചില മന്ത്രങ്ങൾ കൊണ്ട് ചില വിശേഷപുഷ്പാഞ്ജലികൾ നടത്തണമെന്ന് പറഞ്ഞു.

ശാന്തിക്കാരൻ ശ്രീകോവിലിനകത്തുകയറി പുഷ്പാഞ്ജലി തുടങ്ങി.

നമ്പി നേരേ വീട്ടിലെത്തി നിലവറയിലെ മന്ത്രക്കളരിയിലെത്തി ജപം തുടങ്ങി.

കുറച്ചുനേരം ഒരു ചൂരൽ വടി പീഠത്തിൽ വച്ച് ജപിച്ചശേഷം മന്ത്രശക്തിയുള്ള ആ വടിയുമായി അദ്ദേഹം ക്ഷേത്രത്തിലെത്തി.

നമ്പിയുടെ കൈയ്യിലെ വടി കണ്ടിട്ട് സ്ത്രീ പരിഹസിച്ച് ചോദിച്ചു: "എന്താ നീ വടിയും കൊണ്ട് വന്നിരിക്കുന്നത്? എന്നെ അടിച്ചോടിക്കാമെന്ന് വിചാരിച്ചിട്ടാണോ? ഹ..ഹ..ആരാണ് അടി കൊണ്ടോടുന്നതെന്ന് ഇപ്പോൾ കാണാം...ഹ.ഹ..ഹ.."

എന്നു പറഞ്ഞ് സ്ത്രീ നിർത്താതെ ചിരിക്കാൻ തുടങ്ങി.

നമ്പി അതൊന്നും കേട്ടതായി ഭാവിക്കാതെ ശാന്തിക്കാരൻ കൊണ്ടുവന്ന പുഷ്പാഞ്ജലിപ്രസാദവും വാങ്ങി അമ്പലത്തിന് പ്രദക്ഷിണം വക്കാൻ തുടങ്ങി. പ്രദക്ഷിണശേഷം നമ്പി പുഷ്പാഞ്ജലിപ്രസാദമായ പൂവ് കൊണ്ടുവന്ന് സ്ത്രീയുടെ

തലയിലിട്ടു.

എന്നിട്ട് വടിയെടുത്ത് സ്ത്രീയുടെ കൈയ്യിൽ പിടിപ്പിച്ചു.

സ്ത്രീ തുള്ളിക്കൊണ്ട് തന്നെത്താൻ അടിക്കാൻ തുടങ്ങി.

കുറച്ചുകഴിഞ്ഞപ്പോൾ സ്വയം അടികൊണ്ട് അവശയായ സ്ത്രീ നിലവിളിച്ചുകൊണ്ട് പറഞ്ഞു: "ചെങ്ങന്നൂരമ്മ എന്നോടിങ്ങനെ ചെയ്യുമെന്ന് ഞാൻ കരുതിയില്ല. .എനിക്കു വയ്യായേ..എന്നെ പോകാൻ അനുവദിക്കണേ....ഞാൻ ഇനിയൊരിക്കലും ഈ ദേഹത്തേ ബാധിക്കയില്ലേയ്...."

"നീയാരാണ്..?"

നമ്പി ചോദിച്ചു.

"ഞാൻ തുളുത്തിമറുതയാണ്."

"എവിടെ നിന്ന് കൂടി?"

"ഇവളുടെ തറവാട്ടിലെ കുളത്തിൽ നിന്ന്. തീണ്ടാരിയായി ഒറ്റക്ക് കുളിക്കാൻ വന്നപ്പോൾ കയറിയതാണ്."

"ഈ ദേഹത്തു നിന്ന് നീ എത്രയും വേഗം ഒഴിഞ്ഞുപോകണം. മാത്രമല്ല, ഇനിയോരിക്കലും ഈ ദേഹത്തു കൂടരുത്. ഇത് സത്യം ചെയ്യ്."

നമ്പി പറഞ്ഞതുകേട്ട് സ്ത്രീയിൽ ആവേശിച്ചിരുന്ന തുളുത്തി മറുത എന്ന ബാധ സത്യംചെയ്ത് ഒഴിഞ്ഞുപോയി.

ബാധ സ്ത്രീയുടെ ദേഹം വിട്ടയുടനേ സ്ത്രീ ബോധം കെട്ട് നീലത്തുവീണു.

ഉടൻതന്നെ അമ്പലത്തിന്റെ പടിഞ്ഞാറേ നടയിലുള്ള കൂറ്റൻ ആലിന്റെ ശിഖരം ഒടിഞ്ഞുവീണു.

ബാധപോയ അടയാളമായിരുന്നു അത്.

അതോടെ നമ്പിയുടെ പ്രശസ്തി വർദ്ധിച്ചു.

4

തൊടുപുഴക്കാരന്റെ അറബിമാന്ത്രികം

വടക്കൻപറവൂരിലെ കങ്ങണാശ്ശേരി എന്ന തറവാട്ടിലെ ഒരു സ്ത്രീക്ക് ഗന്ധർവ്വബാധയുണ്ടായി.

അനേകം മന്ത്രവാദികൾ കങ്ങണാശ്ശേരി തറവാട്ടിൽ വന്ന് പഠിച്ച പണി പതിനെട്ടും പയറ്റിയിട്ടും ഗന്ധർവനെ ഒഴിപ്പിക്കാനായില്ല.

അങ്ങനെയിരിക്കേ അവരുടെ അയൽപക്കത്തുള്ള ഒരു മുസ്ലിംസുഹൃത്ത് തൊടുപുഴയിൽ അറബിമാന്ത്രികം അറിയാവുന്ന ഒരാളുണ്ടെന്ന് പറഞ്ഞു.

തറവാട്ടുകാരണവരായ രാമൻനമ്പ്യാർ ഉടൻതന്നെ ഉശകാറാവുത്തർക്ക് ആളയച്ചു. റാവുത്തർ വന്ന് അറബിരീതിയിലുള്ള മന്ത്രവാദകർമങ്ങൾ ആരംഭിച്ചു.

അദ്ദേഹം വലിയ വിദ്വാനായിരുന്നു.

പോയിടത്തൊന്നും തോറ്റിട്ടില്ല.

പക്ഷേ അഹങ്കാരിയായിരുന്നു.

സ്ത്രീയിൽ നിന്ന് ഗന്ധർവനെ ഒഴിപ്പിക്കാൻ റാവുത്തർക്ക് കഴിഞ്ഞില്ല.

എന്നാൽ ഇനി അത് മറ്റാരെങ്കിലും ഒഴിപ്പിച്ചാൽ തനിക്ക് നാണക്കേടാവുമെന്ന് വിചാരിച്ച് ചില മന്ത്രപ്പൂട്ടുകൾ കൂടി ഇട്ടുവച്ചിട്ടാണ് ഉശകാറാവുത്തർ പോയത്.

പോകാൻ നേരം രാമൻനമ്പ്യാര്യോട് റാവുത്തർ പറഞ്ഞു: "എന്നെക്കൊണ്ട് കഴിയാത്തതാണ് ഇത്. അതുകൊണ്ട് മറ്റാർക്കും

ഇതൊഴിവാക്കാൻ കഴിയില്ല.”

രാമൻനമ്പ്യാർ വളരെ ദുഃഖിതനായി.

ആയിടക്ക് ഗുരുവായൂർ ക്ഷേത്രദർശനം കഴിഞ്ഞ് മടങ്ങുന്ന നമ്പിയെ രാമൻനമ്പ്യാർ കാണാനിടയായി.

നമ്പ്യാർ തന്റെ സങ്കടം നമ്പിയോട് പറഞ്ഞു.

നമ്പി ഒട്ടും സമയം പാഴാക്കാതെ രാമൻനമ്പ്യാരുടെ ഗൃഹത്തിലെത്തി സ്ത്രീയെ പരിശോധിച്ചു.

തറവാട്ടിലെ മറ്റുള്ളവർക്ക് നമ്പിയെ അത്ര ബോധിച്ചില്ല.

മറ്റു മന്ത്രവാദികളേപോലെ വേഷഭൂഷാദികളിലുള്ള ആഡംബരങ്ങളൊന്നുമില്ല. പരിചാരകരുടെ അകമ്പടിയില്ല.

അദ്ദേഹത്തിന്റെ മന്ത്രവാദകർമങ്ങൾക്കും വലിയ ആഡംബരങ്ങളൊന്നുമില്ല.

പത്മമിട്ട് ഭഗവതിക്കൊരു പൂജ കഴിക്കും.

പിന്നെ ബാധകൂടിയ ആളെ (അയാളെ പിണിയാളെന്നാണ് പറയുക) ഉമിക്കരികൊണ്ട് വരച്ച ഒരു ചക്രത്തിലിരുത്തും.

എപ്പോഴും കൂടെ കൊണ്ടുനടക്കുന്ന മന്ത്രം ജപിച്ച ചൂരൽ വടി പിണിയാളുടെ കൈയ്യിൽ കൊടുക്കും.

കുറച്ചുകഴിയുമ്പോൾ പിണിയാൾ ചൂരൽ കൊണ്ട് സ്വയം പ്രഹരിക്കാൻ തുടങ്ങും.

പിന്നെ പിണിയാൾ തന്നെ നിലവിളിച്ചു പറയും: “ഞാൻ പൊയ്ക്കോളാമേ..എന്നെ ഒന്നും ചെയ്യരുതേ..ഈ അടി മതിയാക്കൂ..”

അപ്പോൾ തേവലശ്ശേരി നമ്പി പിണിയാളക്കൊണ്ട് പൊന്നും വിളക്കും പിടിപ്പിച്ച് സത്യം ചെയ്യിക്കും.

“ഈ ദേഹത്തുനിന്ന് ഒഴിഞ്ഞുപോയ്ക്കോളാം. മേലിൽ ഈ ദേഹത്തിന് ഒരു കേടും വരുത്തുകയില്ല.”

അങ്ങനെ ബാധ ഒഴിഞ്ഞുപോകും.

നമ്പിയുടെ ലളിതമായ ഈ രീതികൾ പൊങ്ങച്ചക്കാർക്ക് അത്ര രസിക്കാറില്ല.

അങ്ങനെയുള്ള പൊങ്ങച്ചക്കാർ രാമൻനമ്പ്യാരുടെ ഗൃഹത്തിലുമുണ്ടായിരുന്നു.

അവർ നമ്പി വരുന്നത് കണ്ട് പിറുപിറുക്കുന്നത് മനസിലാക്കി നമ്പി പറഞ്ഞു : “വലിയ വലിയ ആളുകൾ വന്നിട്ട് മാറാത്ത രോഗമാണിത്.

അവർക്കു സാധിക്കാത്ത കാര്യം ഈ എളിയവനു സാധിക്കുമെന്നു തോന്നുന്നില്ല. എങ്കിലും ഭഗവതിയുടെ കാരുണ്യമുണ്ടെങ്കിൽ വിജയിച്ചാലോ എന്ന് കരുതി നാം ഒന്നു പരീക്ഷിക്കമെന്നേ പറയുന്നുള്ളൂ."

നമ്പി അവിടെ പാർത്തുകൊണ്ട് രാമൻനമ്പ്യാർക്ക് ഒരു വലിയ ചാർത്തുകൊടുത്തു.

പൂജക്കും ഹോമത്തിനും വേണ്ടുന്ന സാധനങ്ങളുടെ ലിസ്റ്റാണ് ചാർത്ത്.

നമ്പിയുടെ സാധാരണപൂജാ ചിട്ടവട്ടങ്ങളിൽ നിന്നും മാറിയുള്ള ചാർത്തായിരുന്നു അത്. പൊങ്ങച്ചക്കാർക്കുള്ള മറുപടികൂടിയായിരുന്നു ആ ചാർത്ത്.

അത് ഒരു നീണ്ട ലിസ്റ്റായിരുന്നു.

ഉടൻതന്നെ തറവാടിന്റെ വിശാലമായ മുറ്റത്ത് പന്തലുയർന്നു.

കുരുത്തോല, പനയോല, കുലവാഴ മുതലായ അലങ്കാരസാമഗ്രികൾ കൊണ്ട് അലങ്കരിച്ച മനോഹരമായ പന്തലിൽ പഞ്ചവർണപൊടികൾകൊണ്ട് നമ്പി ഗന്ധർവന്റെ മനോഹരമായ ഒരു കളം എഴുതി.

കൂടാതെ ഭഗവതിക്കുള്ള വലിയ പത്മവും വരച്ചു.

പിണിയാളെ ഇരുത്താനുള്ള പത്മവും മനോഹരമായി വരച്ചു.

സാധാരണ അത് ഉമിക്കരികൊണ്ടാണ് നമ്പി ചെയ്യാറ്.

പന്തലിലെ കളങ്ങൾക്കു ചുറ്റും നൂറ്റെട്ടു നിലവിളക്കും കൊളുത്തിവച്ചതോടെ നമ്പി നിസാരനല്ലെന്ന് കങ്ങണശ്ശേരി തറവാട്ടിലെ പൊങ്ങച്ചക്കാർക്ക് മനസിലായി.

രാത്രിയായപ്പോൾ പൂജ തുടങ്ങി.

നമ്പിയുടെ പൂജയും ഹോമവും കണാൻ അനേകം ആളുകൾ അവിടെ തടിച്ചുകൂടിയിരുന്നു.

കൂടിയവർക്കെല്ലാം തറവാട്ടിൽ സദ്യയും ഒരുക്കിയിട്ടുണ്ടായിരുന്നു.

പൂജ കാണാൻ വന്ന നാട്ടികാർക്കിടയിൽ ഉശകാറാവുത്തരുമുണ്ടായിരുന്നു.

നമ്പി ഗന്ധർവനെ ഒഴിപ്പിക്കാൻ കങ്ങണശ്ശേരി തറവാട്ടിലെത്തിയിട്ടുണ്ടെന്ന് അയാൾക്ക് എങ്ങനെയോ വിവരം കിട്ടി.

നമ്പി ഗന്ധർവനെ ഒഴിപ്പിക്കുന്നതൊന്നുകാണട്ടെ എന്നവിചാരത്തോടെയാണ് റാവുത്തർ വന്നിരിക്കുന്നത്.

ഭഗവതിപൂജ കഴിഞ്ഞ് ബാധകൂടിയ സ്ത്രീയെ കൊണ്ടുവന്നു കളത്തിലിരുത്തി.

നെല്ലും അരിയും ചേർന്ന അക്ഷതവും പൂവും എടുത്ത് നമ്പി സ്ത്രീയുടെ ശിരസ്സിലിട്ടു. എന്നാൽ സ്ത്രീ മൗനിയായി

ഇരുന്നതേയുള്ളൂ, തുള്ളിയില്ല.

സാധാരണഗതിയിൽ ഏതുബാധയും തുള്ളേണ്ടതാണ്.

നമ്പി അക്ഷതവും ശിരസ്സിലിട്ടാൽ ഇളകാത്ത ഒരു ബാധയും അന്നേവരെ ഉണ്ടായിട്ടില്ല. എന്തോ പ്രശ്നമുണ്ടെന്ന് നമ്പിക്ക് മനസിലായി.

അദ്ദേഹം അവിടെ കൂടി നിന്നവരോട് വിളിച്ചുചോദിച്ചു: "ഈ കൂട്ടത്തിൽ മന്ത്രവാദികൾ ആരെങ്കിലുമുണ്ടോ?"

ജനക്കൂട്ടത്തിൽ ഒരു മർമരമുണ്ടായി. ഇതിനിടയിൽ നിന്ന് ഒരാൾ "ഇല്ല" എന്ന് കൃത്യമായി ഉത്തരം പറഞ്ഞു.

അത് ഉശകാറാവുത്തരായിരുന്നു.

അയാളുടെ ശബ്ദം മാത്രമേ നമ്പി കേട്ടുള്ളു.

ആളെ കണ്ടില്ല.

നമ്പി തമാശയായി പറഞ്ഞു : "ഒടുവിൽ നിങ്ങളൊരു മന്ത്രവാദിയായേക്കും ഇല്ലേ..?"

നമ്പി അതുപറഞ്ഞിട്ട് ഒരു പനയോലക്കഷണമെടുത്ത് മന്ത്രമെഴുതിയിട്ട് തുണ്ടുതുണ്ടായി കീറി മുകളിലേക്കെറിഞ്ഞു.

അപ്പോൾ മുറ്റത്തിന്റെ മൂലയിൽ നിന്ന കരിമ്പനയുടെ ചുവട്ടിൽ കിടന്നിരുന്ന ഒരു കഷണം കയർ തുള്ളാൻ തുടങ്ങി.

അത് തുള്ളിക്കൊണ്ട് പനയുടെ മുകളിലേക്ക് കയറിപ്പോയി.

കയറുകഷണം പനയുടെ മുകളിലെത്തിയതും പന മുകലിൽ നിന്ന് അടിവരെ പിളർന്ന് വലിയ ശബ്ദത്തോടെ നിലംപതിച്ചു.

അത് തൊടിയിലേക്കാണ് വീണത് എന്നതുകൊണ്ട് പന്തലിനുകേടോ ആളപായമോ ഉണ്ടായില്ല.

നാട്ടുകാർ സ്തബ്ധരായിപ്പോയി.

കരിമ്പനയുടെ ചുവട്ടിൽ ക്ഷുദ്രം ചെയ്ത കയർക്കഷണം ഇട്ടത് റാവുത്തരായിരുന്നു. പിണിയാൾ ഒരിക്കലും തുള്ളാതിരിക്കാനും നമ്പി മരിച്ചുപോകുന്നതിനും വേണ്ടിയായിരുന്നു.റാവുത്തർ ആ വിദ്യ ചെയ്തത്.

കരിമ്പന പിളർന്നു വീണതോടെ റാവുത്തർ അവിടെ നിന്ന് മുങ്ങിക്കളഞ്ഞു.

വൈകാതെ നമ്പി മറ്റൊരു പൂജ ആരംഭിച്ചു.

കുറച്ചുകഴിഞ്ഞപ്പോഴേക്കും നമ്പിക്ക് അസ്വസ്ഥതകൾ ഉണ്ടാകാൻ തുടങ്ങി. അദ്ദേഹത്തിന്റെ വയർ വല്ലാതെ വീർത്തുവരാൻ തുടങ്ങി.

അതു വർദ്ധിച്ച് ശ്വാസമെടുക്കാൻ പോലും ബുദ്ധിമുട്ടായതോടെ അവശനായ നമ്പി ഒരു നാരായമെടുത്ത് പുറത്തേക്ക് നടന്നു.

തൊടിയിലെത്തി നാരായം കൈയ്യിൽ വച്ച് ജപിച്ചിട്ട് ആ നാരായം കൊണ്ട് ഒരു വാഴയിൽ ആഞ്ഞുകുത്തി.

അപ്പോൾ വാഴയിലെ ദ്വാരത്തിൽ നിന്ന് ധാരയായി ജലം പ്രവഹിച്ചുതുടങ്ങി.

വാഴയിൽ നിന്ന് വെള്ളം പോയിത്തീർന്നതോടെ നമ്പിയുടെ വയർ ചുരുങ്ങുകയും സുഖപ്പെടുകയും ചെയ്തു.

അതും റാവുത്തരുടെ വിദ്യയായിരുന്നു.

നമ്പി പിന്നേയും പൂജ തുടർന്നു.

റാവുത്തർ എന്തോ പ്രയോഗം കൂടി ചെയ്തുവച്ചിട്ട് വീണ്ടും ആൾക്കൂട്ടത്തിൽ വന്നു നിന്നു.

അപ്പോൾ പന്തലിന് തീ പിടിച്ചു.

പന്തൽ കത്താൻ തുടങ്ങിയതോടെ ജനങ്ങളെല്ലാം പരിഭ്രാന്തരായി ഓടി.

നമ്പി ഇരുന്ന ഇരിപ്പിൽ നിന്ന് ഇളകാതെ രണ്ടുകിണ്ടിയിൽ ജലം എടുത്ത് നിറച്ച് മന്ത്രം ജപിച്ചു.

വിസ്മയമെന്നു പറയട്ടെ, രണ്ടുകിണ്ടികളും അന്തരീഷത്തിലെക്ക് ഉയരാൻ തുടങ്ങി.

ഒരു കിണ്ടി പന്തലിനു മുകളിൽ പോയി അന്തരീഷത്തിൽ തങ്ങിനിന്നു കൊണ്ട് മഴ പോലെ വെള്ളം പ്രവഹിപ്പിച്ചു തുടങ്ങി.

പന്തലിനകത്ത് ഉയർന്നു നിന്ന കിണ്ടിയിൽ നിന്ന് ജലധാരപോലെ ജലം പ്രവഹിച്ചു. .

ആളിക്കത്തിയ അഗ്നി കെട്ടുപോയി.

പന്തലിന് ഒന്നും സംഭവിച്ചില്ല.

ഈ അത്ഭുതക്കാഴ്ച കണ്ട് ഓടിപ്പോയ ആളുകളൊക്കെ തിരിച്ചെത്തി.

തീയണഞ്ഞശേഷം കിണ്ടികൾ രണ്ടും യഥാസ്ഥാനത്ത് വന്നിരിക്കുകയും ചെയ്തു.

ഇത്രയുമായതോടെ ആൾക്കൂട്ടത്തിൽ നിന്നുകൊണ്ട് തനിക്കെതിരെ പ്രയോഗങ്ങൾ നടത്തുന്നയാളെ വളിച്ചത്തുകൊണ്ടുവരണമെന്ന് നമ്പിക്കും വാശിയായി.

അദ്ദേഹം കുറച്ചു ഭസ്മമെടുത്ത് മന്ത്രം ജപിച്ച് ആൾക്കൂട്ടത്തിനുനേർക്ക് ഊതിപ്പറപ്പിച്ചു.

ആ ഭസ്മം പതിച്ച ജനക്കൂട്ടം ഒന്നടങ്കം തുള്ളിത്തുടങ്ങി.

തുള്ളുന്നവരിൽ റാവുത്തരുമുണ്ടായിരുന്നു.

എല്ലാവരും കൂടി തുള്ളുന്നതിനിടയിൽ നമ്പി ഗന്ധർവപൂജ പൂർത്തിയാക്കി.

എല്ലാവരുടേയും തുള്ളൽ ശമിച്ചപ്പോൾ റാവുത്തർ മാത്രം ഉറഞ്ഞുതുള്ളിക്കൊണ്ടിരുന്നു.

അയാൾ ഒരു തടിയനും കുടവയറനുമായിരുന്നതുകൊണ്ട് തുള്ളിതുള്ളി അയാൾ ഒരു പരുവമായി.

റാവുത്തർ നിലവിളിച്ചുതുടങ്ങി : "ഞാൻ ഉശകാറാവുത്തരാണേ, പിണിയാൾ തുള്ളാതിരിക്കാനും അങ്ങയെ അപകടപ്പെടുത്താനുമായി ചില ക്ഷുദ്രപ്രയോഗങ്ങൾ ഞാൻ നടത്തിയിട്ടുണ്ടേ. എന്നോട് ക്ഷമിക്കണേ"

എല്ലാവരും അതുകേട്ട് മൂക്കത്ത് വിരൽ വച്ചു. നമ്പി പറഞ്ഞു : "ഓഹോ അപ്പോൾ ആ പണിയൊക്കെ ചെയ്തത് ഉശകാറാവുത്തരായിരുന്നല്ലേ..?"

"പൊറുക്കണം."

റാവുത്തർ കേണപേക്ഷിച്ചു.

"ഞാൻ നിങ്ങളെപറ്റി കേട്ടിട്ടുണ്ട്. കാണണമെന്ന് ആഗ്രഹിച്ചിരുന്നു. പക്ഷേ ഇങ്ങനെ കാണണമെന്ന് ആഗ്രഹിച്ചിരുന്നില്ല."

"പരിഹസിക്കരുതേ.. മേലിൽ ഇങ്ങനെയൊന്നുമുണ്ടാവില്ല."

"റാവുത്തർ തുള്ളൽ നിർത്തിക്കോളൂ.."

നമ്പി എന്തോ മന്ത്രം ജപിച്ചിട്ടു പറഞ്ഞു.

റാവുത്തരുടെ തുള്ളൽ നിന്നു.

അയാൾ കിതപ്പോടെ നമ്പിയെ തൊഴുതുകൊണ്ട് എല്ലാത്തിനും മാപ്പ് പറഞ്ഞു.

"റാവുത്തർ ഇങ്ങടുത്തു വരൂ."

നമ്പി റാവുത്തരെ സ്നേഹപൂർവം അടുത്തുവിളിച്ചിരുത്തിയിട്ടു പറഞ്ഞു : "റാവുത്തർ ഇവിടെയുള്ള സ്ഥിതിക്ക് നിങ്ങൾ വേണം ഈ ബാധയെ ഒഴിപ്പിക്കാൻ."

"ദയവായി അങ്ങ് എന്നെ അപമാനിക്കരുത്. ഞാൻ ഇക്കാര്യത്തിൽ പരാജയപ്പെട്ട് പിന്മാറിയ ആളാണ്. മാത്രമല്ല ആ ബാധ ഒഴിയാതെയിരിക്കാനും പിണിയാൾ തുള്ളാതിരിക്കാനും ചില ക്ഷുദ്രപ്രയോഗങ്ങൾ ഞാൻ ചെയ്തിട്ടുമുണ്ട്."

"അതിന് റാവുത്തർ തന്നെ പരിഹാരം ചെയ്താൽ പോരേ..?"

"അത് പരിഹാരമില്ലാത്ത പ്രവൃത്തികളാണ്."

"പരിഹാരമില്ലാത്ത പ്രവൃത്തികളില്ല റാവുത്തരേ.."

"ക്ഷമിക്കണം. എനിക്ക് മന്ത്രവാദത്തിൽ പറയത്തക്ക ജ്ഞാനമൊന്നുമില്ല. പൊന്നാനിയിൽ ഒരു ഉസ്താദിന്റെ കൊപ്രക്കളത്തിൽ പണിക്ക് നിൽക്കുമ്പോൾ ഒരു അറബിമാന്ത്രികഗ്രന്ഥം ലഭിച്ചതാണ്. അതു വച്ച് ചിലത് ചെയ്തു. ചിലതൊക്കെ വിജയിച്ചപ്പോൾ മാന്ത്രികനെന്ന പേരും വീണു.അതിലപ്പുറം ഒരറിവും എനിക്ക് മാന്ത്രികത്തിൽ ഇല്ല."

"റാവുത്തർ നല്ല മന്ത്രവാദിയാണ്. ഇത് ഈ പൂവ് റാവുത്തർ തന്നെ പിണിയാളുടെ ശിരസ്സിൽ ഇടൂ.."

നമ്പി പൂവ് ജപിച്ച് റാവുത്തർക്ക് നൽകി.

റാവുത്തർ അത് ബാധകൂടിയ സ്ത്രീയുടെ തലയിൽ ഇട്ടു.

അതോടെ സ്ത്രീ തുള്ളിത്തുടങ്ങി.

ബാധിച്ചിരിക്കുന്നത് ഗന്ധർവനായതുകൊണ്ട് നമ്പി ചൂരൽ കൊടുത്തില്ല.

പകരം പൊന്നും വിളക്കും എടുപ്പിച്ച് റാവുത്തരോട് പറഞ്ഞു : "പിണിയാളെ റാവുത്തർ തന്നെ സത്യം ചെയ്യിപ്പിക്കുക."

റാവുത്തർ അതുപ്രകാരം പ്രവർത്തിച്ചു.

സ്ത്രീയെ ബാധിച്ചിരുന്ന ഗന്ധർവൻ സത്യം ചെയ്ത് ഒഴിഞ്ഞുപോയി.

സന്തുഷ്ടനായ രാമൻ നമ്പ്യാർ ധാരാളം സമ്മാനങ്ങൾ നമ്പിക്ക് കൊടുത്തു.

നമ്പിയാകട്ടെ അതെല്ലാം റാവുത്തർക്ക് കൊടുത്തിട്ടു പറഞ്ഞു : "റാവുത്തരാണ് ബാധയൊഴിപ്പിച്ചത്. സമ്മാനങ്ങളെല്ലാം നിങ്ങൾക്കിരിക്കട്ടെ."

നമ്പിയുടെ നിർബന്ധപ്രകാരം റാവുത്തർക്ക് സമ്മാനങ്ങൾ വാങ്ങേണ്ടി വന്നു.

പക്ഷേ അത് ഒരു പരാജയമായും അപമാനമായും അയാൾ മനസ്സിൽ സൂക്ഷിച്ചു.

സന്ദർഭം കിട്ടുമ്പോൾ പകരം വീട്ടുമെന്നും റാവുത്തർ മനസിൽ കരുതിയിരുന്നു.

5

ജലമാർഗ്ഗത്തിൽ ഒരു പ്രതികാരം

ആറന്മുളയിൽ താമരശ്ശേരി നമ്പി എന്ന ഒരു മന്ത്രവാദിയുണ്ടായിരുന്നു.

ചെങ്ങന്നൂരിൽ തേവലശ്ശേരിനമ്പിയുടെ പ്രശസ്തി വാനോളം ഉയർന്നു വരുന്നതുകണ്ട് താമരശ്ശേരിക്ക് അസൂയ അടക്കാൻ കഴിഞ്ഞില്ല.

ജാതിയിൽ ഒന്നാണെങ്കിലും തന്നോളം യാഗ്യത നമ്പിക്ക് ഇല്ലെന്നായിരുന്നു താമരശ്ശേരി നമ്പിയുടെ വിചാരം.

അഹങ്കാരിയായ അയാൾ എല്ലാവരോടും അത് പറയുമായിരുന്നു.

താമരശ്ശേരി നമ്പിയുടെ കഥ തേവലശ്ശേരിനമ്പിയുടെ കാതിലുമെത്തിയിരുന്നു.

താമരശ്ശേരി നമ്പി കൂടെ കൂടെ ഒരു സ്വപ്നം കാണും. 'തേവലശ്ശേരിനമ്പിയെ നേരിട്ടുകാണാനിടയാകരുത്. നേരിട്ടുകണ്ടാൽ നാശമുണ്ടാകും.' എന്ന് ആരോ താമരശ്ശേരി നമ്പിക്കരികിൽ ചെന്ന് പറയുന്നതായാണ് സ്വപ്നം.

ഈ സ്വപ്നം കൊണ്ട് താമരശ്ശേരി നമ്പി ധരിച്ചത് തേവലശ്ശേരിയെ താൻ നേരിട്ടുകണ്ടാൽ തേവലശ്ശേരി നശിച്ചുപോകുമെന്നായിരുന്നു.

തേവലശ്ശേരിയേക്കാൾ യോഗ്യത തനിക്കാണെന്ന് താമരശ്ശേരി നമ്പി ധരിച്ചുവച്ചിരിക്കുന്നതിനാൽ ആ നേരിട്ടുകാണൽ ഉടൻതന്നെ നടത്തിക്കളയാം എന്ന് താമരശ്ശേരി നമ്പി കരുതി.

താമരശ്ശേരി നമ്പിയെ നേരിട്ടുകണ്ടാൽ തേവലശ്ശേരി നശിക്കും.

അതോടെ താമരശ്ശേരി നമ്പി പ്രശസ്തനാകും എന്നായിരുന്നു അദ്ദേഹത്തിന്റെ കണക്കുകൂട്ടൽ.

തേവലശ്ശേരിയെ എങ്ങനെയാണ് നേരിൽ കാണേണ്ടതെന്ന് താമരശ്ശേരി നമ്പി ചുഴിഞ്ഞാലോചിച്ചു.

തേവലശ്ശേരി എല്ലാ വെള്ളിയാഴ്ചയും ചൊവ്വാഴ്ചയും നെടുംപ്രയാറ് കളരിയിലേക്ക് വെളിപ്പാൻകാലത്ത് പോകുന്നുണ്ട് എന്നവിവരം താമരശ്ശേരി നമ്പിക്ക് കിട്ടി. ആറ്റിലൂടെയാണ് സഞ്ചാരം.

എന്നാൽ ആ സമയമാകാം പ്രതികാരമെന്ന് അയാൾ നിശ്ചയിച്ചു.

തേവലശ്ശേരി നമ്പി പതിവുപോലെ വെള്ളിയാഴ്ച വെളുപ്പാൻകാലത്ത് നെടുംപ്രയാറ് കളരിയിലേക്ക് പുറപ്പെട്ടു.

ആറ്റിലൂടെ നമ്പി സഞ്ചരിക്കുകയാണ്.

എങ്ങനെയാണ് സഞ്ചരിക്കുന്നതെന്നോ.

ഒരു അമ്മിക്കല്ലിന്റെ അറ്റത്ത് പന്തം കൊളുത്തി വച്ചിട്ട് ആ അമ്മിക്കല്ലിന്റെ മുകളിൽ കയറിനിന്നാണ് തേവലശ്ശേരി നമ്പി ആറ്റിലൂടെ സഞ്ചരിക്കുന്നത്.

അമ്മിക്കല്ല് നമ്പിയേയും വഹിച്ചുകൊണ്ട് ആറ്റിലൂടെ ചീറിപ്പാഞ്ഞു.

ഈ സമയം താമരശ്ശേരി നമ്പി എതിർദിശയിൽ ആറ്റിലൂടെ വരുന്നുണ്ടായിരുന്നു.

അത് ഒരു തൂശനിലയിൽ നിന്നുകൊണ്ടായിരുന്നു.

അത്തിമൂട് എന്ന സ്ഥലത്തെത്തിയപ്പോൾ താമരശ്ശേരി നമ്പി ദൂരെ ആറ്റിൽ വെളിച്ചം കണ്ടു.

അമ്മിക്കല്ലിൽ പന്തവും കൊളുത്തി അതിശീഘ്രം പാഞ്ഞുവരുന്ന തേവലശ്ശേരി നമ്പിയെ കണ്ട് താമരശ്ശേരിയുടെ മുഖത്ത് പ്രതികാരം ജ്വലിച്ചു.

പക്ഷേ അപ്പോൾ താമരശ്ശേരി ഒരു അശരീരി കേട്ടു: " താമരശ്ശേരി ഒഴിഞ്ഞുപൊയ്ക്കോളൂ. അല്ലെങ്കിൽ ആപത്തുണ്ടാകും!"

താമരശ്ശേരി നമ്പി അശരീരി കേട്ട് നടുങ്ങിപ്പോയി.

പക്ഷേ ഉള്ളിലെ പ്രതികാരചിന്ത മുന്നോട്ടുതന്നെ അയാളെ നയിച്ചു.

താമരശ്ശേരിയും തേവലശ്ശേരി നമ്പിയും നേർക്കുനേർ എത്തി.

"ഇത് അവസാനത്തെ കാഴ്ചയാണ് താമരശ്ശേരി..."

തേവലശ്ശേരി നമ്പി വിളിച്ചു പറഞ്ഞു. ആറിന്റെ മാറിലൂടെ ചീറിപ്പായുന്ന അമ്മിക്കല്ലിന്റെ ഓളത്തിൽ പെട്ട് താമരശ്ശേരി നമ്പിയുടെ തൂശനില ഉലഞ്ഞുകീറിപ്പോയി.

അത് വെള്ളത്തിൽ താണു.

ഒപ്പം താമരശ്ശേരി നമ്പിയും.

അയാൾ ഒരു ജലചുഴിയിലേക്കാണ് പതിച്ചത്.

അതിൽ നിന്ന് പുറത്തുകടക്കാൻ താമരശ്ശേരി നമ്പിക്ക് ഏറെ ക്ലേശിക്കേണ്ടി വന്നു.

നേരം പുലർന്നപ്പോൾ ആറന്മുളക്ഷേത്രത്തിന്റെ വടക്കേകടവിൽ താമരശ്ശേരി നമ്പി വന്നടിഞ്ഞു.

അപ്പോൾ അയാൾക്ക് ബോധമുണ്ടായിരുന്നു.

ഭൃത്യന്മാർ പല്ലക്കുമായി വന്ന് അയാളെ വീട്ടിലേക്കെടുത്തുകൊണ്ടുപോയി.

അന്നു വൈകുന്നേരത്തോടെ താമരശ്ശേരി നമ്പിക്ക് പനി തുടങ്ങി.

മൂന്നാം ദിവസം മസൂരിക്കുരുക്കൾ ദേഹത്ത് പ്രത്യക്ഷപ്പെട്ടു.

അത് മൂർച്ഛിച്ച് പന്ത്രണ്ടാം ദിവസം താമരശ്ശേരി നമ്പി മരിച്ചു.

അതോടെ ആ കുടുംബം അവസാനിക്കുകയും ചെയ്തു.

6

കൈവിഷചികിത്സ

ഒരിക്കൽ പിറവത്തുള്ള പാഴൂർ പടിപ്പുരക്കൽ ചോറ്റാനിക്കര എന്ന സ്ഥലത്തുനിന്ന് ഒരു ഭർത്താവ് ഭാര്യയേയും കൂട്ടി പ്രശ്നം വയ്പിക്കാൻ ചെന്നു.

ഭാര്യക്ക് ഭർത്താവിനോട് തെല്ലും സ്നേഹമില്ല.

അവരുടെ വീടിനടുത്തുള്ള ആനപ്പാപ്പാനോടാണ് ഭാര്യക്ക് ഇപ്പോൾ സ്നേഹം. ചോറ്റാനിക്കരക്ഷേത്രത്തിൽ ആനയേയും കൊണ്ട് എഴുന്നള്ളിപ്പിനു വന്നതാണ് ആനപ്പാപ്പാൻ.

അയാൾ കുറച്ചുമാസങ്ങളായി അവരുടെ വീടിനടുത്ത് താമസിക്കുന്നുണ്ട്. രാത്രികാലങ്ങളിൽ ഭാര്യ വാതിൽ തുറന്ന് പുറത്തുപോയി പാപ്പാനോട് സഹവസിക്കുക പതിവായിത്തീർന്നു.

ആ സ്ത്രീ കല്ല്യാണം കഴിഞ്ഞപ്പോൾ അങ്ങനെയൊന്നുമല്ലായിരുന്നു.

അവർ വളരെ സ്നേഹസമ്പന്നയും നിഷ്ക്കളങ്കയുമായിരുന്നതിനാൽ അവരെ ഉപേക്ഷിച്ചുകളയാൻ മടി തോന്നി.

അതുകൊണ്ടാണ് ഇരുവരും പാഴൂർപടിപ്പുരക്കൽ വന്നിരിക്കുന്നത്.

പ്രശ്നത്തിൽ കണ്ടത് ആ സ്ത്രീക്ക് ആനപ്പാപ്പാൻ ഒരു കൈവിഷം നൽകിയിട്ടുണ്ടെന്നാണ്.

ചോറ്റാനിക്കരക്ഷേത്രത്തിന്റെ അടുത്തുള്ള കണിയാൻസമുദായക്കാരനായ ഒരു ദുർമന്ത്രവാദിയാണത്രേ ആനപ്പാപ്പാന് കൈവിഷം തയ്യാറാക്കി നൽകിയത്. ഭക്ഷണപദാർത്ഥത്തിൽ ചേർത്തുകൊടുക്കുന്ന ഒരു

മാന്ത്രികമരുന്നാണത്രേ കൈവിഷം.

അത് അകത്തുചെന്നാൽ കൊടുക്കുന്നവൻ പറയുന്ന എന്തും അനുസരിക്കുമത്രേ. ആനപ്പാപ്പാന്റെ ഇംഗിതങ്ങൾക്ക് ആ സ്ത്രീ വഴങ്ങുന്നത് അതുകൊണ്ടാണ്.

കൈവിഷം മാറ്റാൻ തേവലശ്ശേരി നമ്പിയെ ചെന്നുകാണാൻ പാഴൂർ കണിയാൻ ദമ്പതികളെ ഉപദേശിച്ചു.

അതുപ്രകാരം ദമ്പതികൾ തേവലശ്ശേരി നമ്പിയുടെ അടുത്തെത്തി വിവരം പറഞ്ഞു.

നമ്പി ഭൃത്യനെ വിട്ട് ഒരു കരിക്കുവെട്ടി മുഖം ചെത്തിച്ച് തുളയുണ്ടാക്കി കൊണ്ടുവന്നു. അത് അദ്ദേഹം സ്ത്രീയുടെ ഉദരത്തിൽ ചേർത്തുവച്ച് മന്ത്രം ജപിക്കാൻ തുടങ്ങി.

മന്ത്രം മുറുകുന്തോറും സ്ത്രീ വയറുവേദനകൊണ്ട് പുളയാൻ തുടങ്ങി.

ഭർത്താവും ഭൃത്യന്മാരും ചേർന്ന് സ്ത്രീയെ പിടിച്ചുനിർത്തി.

മന്ത്രജപത്തിന്റെ മൂർദ്ധന്യത്തിൽ കരിക്കിനുള്ളിൽ ബ്ലും എന്ന് ഒരു ശബ്ദം കേട്ടു.

അപ്പോൾ നമ്പി ജപം നിർത്തി.

സ്ത്രീയുടെ വയറുവേദന പമ്പ കടന്നു.

കരിക്കിനുള്ളിൽ നോക്കിയപ്പോൾ ഉണ്ണിയപ്പത്തിന്റെ ഒരു കഷണം കിടക്കുന്നതുകണ്ടു.

ആനപ്പാപ്പാൻ ഉണ്ണിയപ്പത്തിലാണ് സ്ത്രീക്ക് കൈവിഷം കൊടുത്തത് എന്ന് നമ്പി പറഞ്ഞു. കൊട്ടാരക്കര ഗണപതിക്ഷേത്രത്തിലെ നിവേദ്യമാണെന്നു പറഞ്ഞ് പറയെടുപ്പിനുവന്ന പാപ്പാൻ ഉണ്ണിയപ്പം തന്നതായി സ്ത്രീയോർമിച്ചു.

ദമ്പതികൾ നമ്പിക്ക് ആവും വിധമുള്ള കാഴ്ചകൾ സമർപ്പിച്ച് നന്ദി പറഞ്ഞ് മടങ്ങി.

7

പാൽപായസത്തിൽ പാമ്പിൻ വിഷം

ഒരിക്കൽ തേവലശ്ശേരി നമ്പി വയലാർ എന്ന സ്ഥലത്ത് ഒരു മന്ത്രവാദം കഴിഞ്ഞ് മടങ്ങുകയായിരുന്നു.

പതിവുപോലെ നടന്നായിരുന്നു യാത്ര.

കൂട്ടിന് നീലാണ്ടൻ എന്ന ഒരു വിഷവൈദ്യനേയും കിട്ടി.

ഓരോ നാട്ടുകാര്യങ്ങൾ പറഞ്ഞ് നടന്നുനടന്ന് രാത്രിയായി.

ഹരിപ്പാട് എന്ന സ്ഥലത്തെത്തിയപ്പോൾ ഒരാൾ കൂടി യാത്രയിൽ പങ്കാളിയായി.

അയാളുടെ പേര് ചേന്നൻ എന്നാണ്.

തലയിൽ ഒരു മൺകുടമുണ്ട്.

അതിൽ പാൽപായസമാണത്രേ.

ഏതോ കല്ല്യാണസദ്യ കഴിഞ്ഞ് മിച്ചം വന്ന പായസം വീട്ടുകാർ കൊടുത്തയച്ചതാണ്. മൂവരും കൂടി യാത്ര തുടർന്നു.

വഴിയിൽ മറ്റുയാത്രക്കാരൊന്നുമില്ല.

വല്ലപ്പോഴും നാട്ടുപ്രമാണിമാരുടെ വില്ലുവണ്ടികൾ കടന്നുപോകാറുള്ളതാണ്.

ഇന്ന് അതുമില്ല. ചെറിയ നാട്ടുവെളിച്ചമുണ്ടെങ്കിലും വീതികുറഞ്ഞ ചെമ്മൺപാതയിലെ യാത്ര ദുഷ്ക്കരം തന്നെയായിരുന്നു.

"ഒരു ചൂട്ടുകിട്ടാത്തത് കഷ്ടമായി. നോക്കട്ടെ, ചിലപ്പോൾ അടുത്ത സത്രത്തിൽ ചൂട്ടു കാണും."

ചേന്നൻ പറഞ്ഞു.

അക്കാലത്ത് മിക്കസത്രങ്ങളും വഴിപോക്കർക്ക് രാത്രികാലയാത്രകൾക്കായി ചൂട്ടുകറ്റ സൗജന്യമായി കരുതിവക്കുമായിരുന്നു.

നമ്പിക്ക് യാതൊരു കൂസലുമില്ല.

ഇടക്കിടെ ചേന്നനെ അദ്ദേഹം ശ്രദ്ധിച്ചുനോക്കുന്നുണ്ട്.

ചേന്നൻ പായസക്കലം തലയിലേറ്റി മുന്നിൽ നടക്കുകയാണ്.

സഹയാത്രികർ പായസം ചോദിച്ചാലോ എന്നപേടി ചേന്നനുണ്ട്.

അതുകൊണ്ട് ഇത്തിരി അകലമിട്ട് മുന്നിൽത്തന്നെയാണ് ചേന്നന്റെയാത്ര.

അൽപദൂരം ചെന്നപ്പോൾ ചേന്നൻ നിലവിളിയോടെ ഒന്നു ചാടി.

അയാൾ ഭയത്തോടെ പറഞ്ഞു : "ആശാനേ എന്റെ കാലിൽ പാമ്പുകടിച്ചു."

അതുകേട്ട് നമ്പി പറഞ്ഞു. : "പേടിക്കണ്ട ഒന്നാന്തരം വിഷവൈദ്യനല്ലേ കൂടെയുള്ളത്."

അപ്പോൾ വിഷവൈദ്യൻ പറഞ്ഞു : "അയ്യയ്യോ എന്റെ ഗൃഹത്തിൽ വച്ചല്ലാതെ വിഷമിറക്കുക എനിക്കു വയ്യ. അതിനുള്ള സാമഗ്രികളൊന്നും ഇപ്പോൾ എന്റെ പക്കൽ ഇല്ലതാനും."

വിഷവൈദ്യൻ ഒഴിഞ്ഞുമാറി.

അയാൾ ഒരു അത്യാഗ്രഹിയാണെന്നും വിഷമിറക്കാൻ അയാൾക്കുമനസില്ലാഞ്ഞിട്ടാണെന്നും നമ്പി ഗ്രഹിച്ചു.

നമ്പി ഉടൻതന്നെ ചേന്നനോട് അവിടെ നിൽക്കാൻ പറഞ്ഞു.

എന്നിട്ട് നിലത്തിരുന്നുകൊണ്ട് മന്ത്രം ജപിക്കാൻ തുടങ്ങി.

എന്നിട്ടും ചേന്നൻ പായസക്കലം തലയിൽ നിന്നിറക്കാൻ കൂട്ടാക്കിയില്ല.

അയാൾ അതും തലയിലേറ്റി വേദന കടിച്ചുപിടിച്ച് നിന്നു.

അൽപനേരം മന്ത്രം ജപിച്ച ശേഷം നമ്പി ചോദിച്ചു: "ചേന്നാ ഇപ്പോൾ എന്തുതോന്നുന്നു. വിഷമിറങ്ങുന്നതായി തോന്നുന്നുണ്ടോ?"

"ഇല്ലല്ലോ ആശാനേ..വിഷം മേൽപോട്ട് കയറുന്നതായാണ് തോന്നുന്നത്. ആദ്യം എന്റെ പാദത്തിലായിരുന്നു വേദന. ഇപ്പോൾ അത് മുട്ടിന്മേലായിരിക്കുന്നു."

ചേന്നന്റെ പറച്ചിൽ കേട്ടപ്പോൾ നമ്പിക്ക് മനസിലായി തന്റെയൊപ്പമുള്ള വിഷവൈദ്യൻ എന്തോ കൗശലം പ്രയോഗിക്കുന്നുണ്ടെന്ന്.

നമ്പിക്ക് വാശിയായി.

അദ്ദേഹം പറഞ്ഞു : "എന്നാൽ ചേന്നാ...അത് മേൽപോട്ട് തന്നെ കയറട്ടെ.."

നമ്പി മന്ത്രം ജപിക്കൽ തുടർന്നു.

ചേന്നൻ പായസക്കലം തലയിലേറ്റി അതേപടി നിന്നു.

ഇടക്കിടെ നമ്പി ചോദിക്കും : "ചേന്നാ ഇപ്പോൾ വേദന എവിടെവരെയായി ..?"

"ഇപ്പോൾ വയറുഭാഗത്തായി."

ചേന്നൻ വേദന കയറുന്നിടമെല്ലാം അപ്പപ്പോൾ പറഞ്ഞുകൊണ്ടിരുന്നു.

നെഞ്ചത്ത്, കഴുത്തിൽ, നെറ്റിയിൽ എന്നിങ്ങനെ വേദന കയറിക്കൊണ്ടിരുന്നു.

ഒടുവിൽ ചേന്നൻ പറഞ്ഞു : "ഇപ്പോൾ വേദന ശിരസ്സിലാണ് ആശാനേ.."

അപ്പോൾ നമ്പി പറഞ്ഞു : "എന്നാൽ തലയിലിരിക്കുന്ന സാധനം എടുത്ത് ദൂരെ കളഞ്ഞേക്കൂ.."

ചേന്നൻ ഉടൻതന്നെ തലയിൽ വച്ചിരുന്ന പായസം കലത്തോടെ ദൂരേക്ക് എറിഞ്ഞു കളഞ്ഞു.

അപ്പോൾ നമ്പി ചോദിച്ചു.

"ഇപ്പോൾ എവിടെയെങ്കിലും വേദന തോന്നുന്നുണ്ടോ?"

"ഇല്ലാശാനേ സുഖമായിരിക്കുന്നു."

"എന്നാൽ പോയ്ക്കോളൂ. വിഷമിറങ്ങിയിരിക്കുന്നു."

ചേന്നൻ പോയപ്പോൾ വിഷവൈദ്യൻ നമ്പിയോട് ചോദിച്ചു : "എന്തിനാണ് തലയിലിരിക്കുന്ന പായസം ദൂരെ കളഞ്ഞേക്കാൻ ചേന്നനോട് പറഞ്ഞത്."

"വിഷം ശിരസ്സിലെത്തിയപ്പോൾ അത് ഞാൻ ആകർഷിച്ച് പായസത്തിലാക്കി. ഇനി ആ പായസം ആരെങ്കിലും കഴിച്ചാൽ അവർ തൽക്ഷണം മരിച്ചുപോകും. അതുകൊണ്ടാണ് പായസം കളഞ്ഞേക്കാൻ പറഞ്ഞത്."

"അത് ഞാൻ വിചാരിച്ചില്ല. ശിരസ്സിലെത്തിയ വിഷം ആർക്കും ഇറക്കാൻ കഴിയുകയില്ല എന്നാണ് ഞാൻ കരുതിയത്."

"അങ്ങനെ കരുതിയതുകൊണ്ടാണ് താങ്കൾ ഈ അഭ്യാസമെല്ലാം ഇടക്കു കാണിച്ചത്. എന്നോടുള്ള അസൂയ നിമിത്തം ഒരു പാവം മനുഷ്യജീവൻ ഇല്ലാതായിക്കോട്ടെ എന്നു വിചാരിച്ച താങ്കളുടെ അപരാധം ആര് പൊറുക്കും."

എന്ന് പറഞ്ഞുകൊണ്ട് നമ്പി നടന്നകന്നു.

നമ്പിയുടെ കർമത്തെ തടസ്സപ്പെടുത്താൻ വിഷവൈദ്യൻ മറുമന്ത്രവാദം പ്രവർത്തിച്ചത് നമ്പി മനസിലാക്കിയെന്നറിഞ്ഞപ്പോൾ അയാൾ ആകെ കുണ്ഠിതത്തിലായി.

മാപ്പു പറയാൻ പിന്നാലെ അയാൾ ഓടിച്ചെന്നെങ്കിലും അവിടെയെങ്ങും നമ്പിയെ കണ്ടില്ല.

പിന്നീട് ആ വിഷവൈദ്യൻ ചെയ്ത ഒരു ചികിത്സയും ഫലിച്ചിട്ടില്ലത്രേ.

8

യക്ഷിയുമായി ഒരു വേഴ്ച

ഒരിക്കൽ സ്ത്രീവിഷയത്തിൽ കടുത്ത താൽപര്യമുണ്ടായിരുന്ന വലിയ വിളക്കുമാടൻ നമ്പൂതിരിക്ക് യക്ഷിയുമായി വേഴ്ച നടത്തണമെന്ന് കലശലായ ആഗ്രഹമുണ്ടായി. ആഗ്രഹം എങ്ങനെ സഫലീകരിക്കണം എന്ന് ചിന്തിച്ചിരിക്കവേ നല്ല ഒരു സന്ദർഭമുണ്ടായി.

വലിയ വിളക്കുമാടം ഇല്ലത്ത് തേവലശ്ശേരി നമ്പി ഒരു മാന്ത്രികകർമത്തിന് വന്നു. ഒരു ആഭിചാരകർമം ഒഴിപ്പിക്കുന്നതിന് പ്രത്യംഗിരാഹോമം ചെയ്യാനാണ് നമ്പി അവിടെ വന്നത്.

അതൊരു മേടമാസക്കാലമായിരുന്നു. ഊണുകഴിഞ്ഞ് ഉമ്മറത്ത് നമ്പിയും നമ്പൂതിരിയും കുശലം പറഞ്ഞിരിക്കവേ നമ്പൂതിരി യക്ഷികളുടെ ധ്യാനശ്ലോകങ്ങളെ കുറിച്ച് ഓരോന്നു പറഞ്ഞുതുടങ്ങി : "അതേയ് നമ്പി, നാമൊന്നു ചോദിച്ചോട്ടെ, യക്ഷിയെ സേവിച്ച് പ്രീതിപ്പെടുത്താൻ കുറച്ച് നേരമ്പോക്ക് വേണോന്ന് കേട്ടത് ശരിയാണോ?"

"തിരുമേനി എന്താ ഉദ്ദേശിച്ചത്.. കാമപൂരണമാണോ..?"

"അതുതന്നെ. മന്ത്രവാദികൾ പലരും യക്ഷികളുമായി വേഴ്ച നടത്താറുണ്ടെന്ന് കേൾക്കുന്നത് സത്യമാണോ.?"

"സത്യമാണ്"

"നമ്പി ചെയ്തിട്ടുണ്ടോ?"

"ഇല്ലല്ലോ"

നമ്പി ചിരിച്ചു.

എന്നിട്ടു തുടർന്നു.

“വടയക്ഷിണിയെ ഉപാസിച്ച് കാര്യനിവൃത്തി വരുത്തുന്ന മന്ത്രവാദികൾ അങ്ങനെ ചെയ്യും. ധ്യാനം പൂർത്തിയായി വടയക്ഷിണി പ്രത്യക്ഷപ്പെട്ടാൽ സുരതം ചെയ്യണമെന്നാണ് ആവശ്യപ്പെടുക. അപ്പോൾ അത് നടത്തിക്കൊടുക്കേണ്ടി വരും.”

“നേരോ. ശിവ ശിവ.. ഒരു യക്ഷിയുമായി സുരതം ചെയ്യണമെന്ന് നോമും ആഗ്രഹിക്കുന്നു. ധ്യാനശ്ലോകങ്ങളിലെ യക്ഷിയുടെ അഴകളവുകൾ കേട്ടിട്ട് കോരിത്തരിക്കുന്നു. അത്തരത്തിലൊരു യക്ഷിയുമായി സഹശയനം നടത്തുന്നത് ഭാഗ്യമല്ലേ നമ്പി. കരിങ്കൂവളമിഴികളും ശോണാധരങ്ങളും ശംഖുപോലുള്ള കഴുത്തും ഉയർന്നകുചകംഭങ്ങളും ആലില വയറും വിടർന്ന ജഘനവും കദളിവാഴത്തുടകളുമെല്ലാമുള്ള അതിമനോഹരിയായ ഒരു യക്ഷിയുമായുള്ള സുരതം നാമാഗ്രഹിക്കുന്നു. നമ്പി അത് സാധിച്ചുതരണം.”

“യക്ഷിയുമായുള്ള സുരതം അങ്ങേക്ക് സാധ്യമാകുമോ എന്നെനിക്കറിയില്ല. പക്ഷേ ഈ പറഞ്ഞ ലക്ഷണങ്ങളുള്ള മനോഹരിയായ ഒരു യക്ഷിയെ വേണമെങ്കിൽ ഇന്നു രാത്രി അങ്ങേക്ക് കാണിച്ചുതരാം.”

“മതി. കാണിച്ചുതന്നാൽ മതി. നമ്മുടെ കിടക്കയിൽ വച്ചു കാണിച്ചുതന്നാൽ മതി. ബാക്കികാര്യം നോമേറ്റിരിക്കണു. നമ്പിക്കറിയാമോ നമ്മുടെ കിടപ്പറയിൽ കടന്ന സ്ത്രീകളാരും വെറുതെയങ്ങട് പോയിട്ടില്ല.”

നമ്പൂതിരി അതും പറഞ്ഞ് ഒരു വഷളൻ ചിരി പാസാക്കി.

നമ്പിയും ഒരു ചിരി ചിരിച്ചു.

അതിന്റെയർത്ഥം പക്ഷേ നമ്പൂതിരിക്ക് അപ്പോൾ മനസിലായില്ല.

അന്ന് അർദ്ധരാത്രിയായി.

നമ്പൂതിരി ഉറങ്ങാതെ കാത്തുകിടപ്പാണ്.

മേടമാസക്കാലമായതിനാൽ ജനലും വാതിലുമെല്ലാം തുറന്നിട്ടാണ് നമ്പൂതിരി കിടക്കുന്നത്.

മാത്രമല്ല യക്ഷിക്ക് വരാൻ കൂടിയാണ് വാതിൽ തുറന്നിട്ടിരിക്കുന്നത്.

യക്ഷി താക്കോൽപഴുതിലൂടെയും വരും എന്ന് നമ്പൂതിരിക്കറിയാഞ്ഞിട്ടല്ല.

നമ്പൂതിരി അവിടെ കിടക്കുന്നകാര്യം യക്ഷിക്ക് മനസിലായില്ലെങ്കിലോ എന്ന് കരുതിയിട്ടാണ് ജനലും വാതിലുമെല്ലാം തുറന്നിട്ടിരിക്കുന്നത്.

അധികം വൈകിയില്ല.

ഒരു തണുത്ത കാറ്റ് മുറിയിലേക്ക് പരക്കാൻ തുടങ്ങി.

എങ്ങും പാലപ്പൂവിന്റെ വശ്യഗന്ധം നിറഞ്ഞു.

സർവാംഗസുന്ദരിയായ ഒരുയുവതി മുറിയിലേക്ക് കയറി വന്നു.

മുറുക്കിച്ചുവപ്പിച്ച ചുണ്ടുകൾ കടിച്ചുകൊണ്ട് അവൾ നമ്പൂതിരിയെ നോക്കി മന്ദഹസിച്ചു.

കാച്ചെണ്ണയുടെ സുഗന്ധമുള്ള മുടി മുട്ടറ്റം വരെയുണ്ടവൾക്ക്.

അവൾ മുടി മെല്ലെ കോതിക്കൊണ്ടു നിന്നു.

കണ്ണുകൾ മഷിയെഴുതി ആകർഷകമാക്കിയിരിക്കുന്നു.

വീതിക്കസവുള്ള ഒന്നരയും മുണ്ടും ധരിച്ചിട്ടുണ്ട്.

കഴുത്തിൽ ശരപ്പൊളിമാലയും നാഗപടത്താലിയും.

കൈകളിൽ പിരിവളയും അരിങ്ങാത്തും മുടുകും.

കാതിൽ വലിയ ചിറ്റുകൾ.

വസ്ത്രങ്ങളുടെ ഇടയിലൂടെ അവളുടെ അംഗസൗഷ്ടവം മുഴുവൻ വെളിപ്പെട്ടിരുന്നു.

നമ്പൂതിരി സ്വപ്നാടനത്തിലെന്നപോലെ അവളെത്തന്നെ നോക്കിയിരിക്കവേ അവളെപോലെ ലാവണ്യവതികളായ ഒരു കൂട്ടം യുവതികൾ മുറിയിലേക്ക് കയറിവന്നു. അവർ നമ്പൂതിരിക്ക് ചുറ്റും നിൽപായി.

നമ്പൂതിരി വിഷമിച്ചു.

"ഇത് കഷ്ടമായല്ലോ. ഇത്രയധികം പേരുമായി ശയിച്ചാൽ ഞാൻ കഷ്ടപ്പെട്ടുപോകുമല്ലോ."

നമ്പൂതിരി തന്നെത്താൻ പറഞ്ഞു.

യുവതികൾ പരസ്പരം അടക്കം പറഞ്ഞ് കുണുങ്ങിച്ചിരിച്ചു.

അവർതന്നെ കളിയാക്കുകയാണെന്ന് നമ്പൂതിരിക്ക് മനസിലായി.

അയാൾ പ്രധാനിയായ യുവതിയോട് പറഞ്ഞു : "നീ മാത്രം ഇവിടെ നിന്നാൽ മതി. ബാക്കിയുള്ളവർ പോകട്ടെ.."

അവൾ എന്തോ ആംഗ്യം കാണിച്ചപ്പോൾ ബാക്കിയുവതികൾ ഒരു പുകമഞ്ഞുപോലെ അന്തരീക്ഷത്തിൽ ലയിച്ചുപോയി.

"എന്താ നിന്റെ പേര്?"

നമ്പൂതിരി യുവതിയോട് ചോദിച്ചു.

"വേദിക..!"

അവൾ പറഞ്ഞു.

"നീ ഇതിനുമുമ്പ് മനുഷ്യരുമായി സഹശയനം നടത്തിയിട്ടുണ്ടോ?"

"ഇല്ല. ഞാൻ കന്യകയാണ്."

"അത് നന്നായി. നീ രസികത്തി തന്നെ."

നമ്പൂതിരി കട്ടിലിൽ അവൾക്കുള്ള സ്ഥലം നീക്കി വച്ച് ചാഞ്ഞിരുന്നുകൊണ്ട് പറഞ്ഞു : "എന്നാൽ നീയിവിടെയിരിക്കൂ ദേവികേ.."

“ദേവികയല്ല. വേദിക..”

“എന്തെങ്കിലുമാകട്ടെ. എല്ലാപാലങ്ങളുടേയും പേരറിഞ്ഞിട്ടല്ലല്ലോ ആളുകൾ പാലം കയറുന്നത്. .നീയിവിടെ അടുത്തുവന്നിരിക്കൂ.”

നമ്പൂതിരി പറഞ്ഞിട്ട് അവൾ അനങ്ങിയില്ല.

“വന്നിരിക്കൂ..”

നമ്പൂതിരി വിടലൻ ചിരിയോടെ എഴുന്നേറ്റ് അവളുടെ കൈയ്യിൽ കയറിപ്പിടിച്ചു.

ചുട്ടുപഴുത്ത ലോഹത്തിൽ പിടിച്ചതുപോലെ നമ്പൂതിരിയുടെ കൈ പൊള്ളി. കിടക്കയിലേക്ക് തെറിച്ചുവീണ നമ്പൂതിരി യുവതിയെ നോക്കിയപ്പോൾ ആ സ്ഥാനത്ത് ഒരു ബീഭത്സരൂപം നിൽക്കുന്നതാണ് കണ്ടത്.

ജടപിടിച്ച മുടിയും തുറിച്ചകണ്ണുകളും ചോരപുരണ്ട നീണ്ടനാവും ദ്രംഷ്ടകളും ഉള്ള ഒരു സത്വം.

അതിന്റെ നിറം കരിനീലയായിരുന്നു.

മാറിൽ തലയോടുകൊണ്ടുള്ള ഒരു മാല തൂക്കിയിട്ടിരുന്നു.

പച്ചമാംസത്തിന്റെ വല്ലാത്തദുർഗന്ധം അവിടെയെങ്ങും തിങ്ങി നിറഞ്ഞു.

ഉറക്കെ നിലവിളിച്ച നമ്പൂതിരിയുടെ ചെകിടത്ത് ആ സത്വം കൈ നീട്ടി ആഞ്ഞൊരടി കൊടുത്തു.

നമ്പൂതിരി ബോധരഹിതനായി.

സത്വം അപ്രത്യക്ഷയായി.

പിറ്റേന്ന് നേരം വെളുത്തപ്പോഴാണ് നമ്പൂതിരിക്ക് ബോധം തെളിഞ്ഞത്.

വായിൽ ഒരു പല്ലുപോലും അവശേഷിച്ചിട്ടില്ല.

നോക്കിയപ്പോൾ മുപ്പത്തിരണ്ടുപല്ലും കട്ടിലിനു താഴെ തറയിൽ ചിതറിക്കിടക്കുന്നു. യക്ഷിയുടെ അടിയേറ്റ് തെറിച്ചുപോയതാണ്.

പിന്നീടൊരിക്കലും ആ നമ്പൂതിരി മനുഷ്യസ്ത്രീകളോടുപോലും ഇടപെട്ടിട്ടില്ലത്രേ. മാത്രമല്ല, നമ്പിയെ കണ്ടാൽ നമ്പൂതിരി വഴിമാറി നടക്കുകയും ചെയ്യും.

9

കാമ്പിത്താനും ഗന്ധർവനും

മണ്ണടിക്കാവ് ഭഗവതി ക്ഷേത്രത്തിനടുത്തു വസിച്ചിരുന്ന പിഷാരടികുടുംബത്തിലെ ഒരു സ്ത്രീക്ക് ബാധ കൂടി.

ഗന്ധർവനാണ് ബാധിച്ചത്.

അവരൊരു സുന്ദരിയായ സ്ത്രീയായിരുന്നു.

സുന്ദരികളായ സ്ത്രീകളെയാണ് പൊതുവേ ഗന്ധർവന്മാർ ബാധിക്കുക.

ജ്യോത്സ്യന്റെ നിർദ്ദേശപ്രകാരം കുടുംബക്കാർ സ്ത്രീയെ കൊണ്ടുവന്ന് മണ്ണടിക്കാവ് ഭഗവതി ക്ഷേത്രത്തിൽ ഭജനമിരുത്തി.

അവിടത്തെ വെളിച്ചപ്പാടിനെ കാമ്പിത്താൻ എന്നാണ് പറയുക.

സാധാരണഗതിയിൽ അവിടെ വരുന്ന ബാധകൂടിയവർ പന്ത്രണ്ടുദിവസം ഭജനമിരിക്കുകയും കാമ്പിത്താൻ ഭസ്മമിട്ട് ബാധകളെ ഒഴിപ്പിച്ചുകളയുകയുമാണ് പതിവ്.

ക്ഷേത്രത്തിൽ മന്ത്രവാദികൾ വന്നു കർമം ചെയ്യുന്നതിന് ഭഗവതിയുടെ വിലക്കുമുണ്ട്.

മേൽപറഞ്ഞ സ്ത്രീ പന്ത്രണ്ടുദിവസം തുള്ളിക്കൊണ്ടിരുന്നു.

പന്ത്രണ്ടാം ദിവസം കാമ്പിത്താൻ ഭസ്മമെറിയാൻ ചെന്നപ്പോൾ ആ സ്ത്രീ അട്ടഹസിച്ചുകൊണ്ടു പറഞ്ഞു: "ഞാനൊരു ഗന്ധർവനാണ്. ഈ സുന്ദരിയേയും കൊണ്ടല്ലാതെ ഞാൻ പോവുകയില്ല. എന്നെ ആർക്കും ഒഴിപ്പിക്കാൻ സാധിക്കില്ല. തേവലശ്ശേരി നമ്പിക്കുപോലും സാധിക്കില്ല."

അപ്പോൾ ഭഗവതി ആവേശിച്ച് തുള്ളിക്കൊണ്ടുനിന്ന കാമ്പിത്താൻ പറഞ്ഞു : "അങ്ങനെയാണോ എന്നാൽ ഇവരെ ഇപ്പോൾത്തന്നെ

തേവലശ്ശേരി നമ്പിക്കടുത്തേക്ക് കൊണ്ടുപോയ്ക്കോളൂ. നമ്പിക്കറിയാം എന്തുചെയ്യണമെന്ന്."

പിഷാരടി തേവലശ്ശേരിയിൽ ചെന്ന് നമ്പിയെ കണ്ട് വിവരം പറഞ്ഞു.

നമ്പി തെല്ലൊന്ന് ആലോചിച്ചിട്ടു പറഞ്ഞു : "ആ സ്ത്രീയെ ഇവിടെക്ക് കൊണ്ടുവരണ്ട. ഇവിടെ വച്ച് ഗന്ധർവനെ ഒഴിപ്പിക്കുന്ന കാര്യം അസാധ്യമാണ്. അത് മണ്ണടിക്കാവ് ഭഗവതി ക്ഷേത്രത്തിൽ തന്നെയാക്കുന്നതാണ് നല്ലത്."

അപ്പോൾ പിഷാരടിക്കും കൂട്ടർക്കും സംശയമായി.

മണ്ണടിക്കാവിൽ മന്ത്രവാദികൾക്ക് ഭഗവതി വിലക്കു കൽപിച്ചിട്ടുള്ളതല്ലേ.

അപ്പോൾ നമ്പി അവിടെ എങ്ങനെ ബാധയൊഴിപ്പിക്കും.

അവർ ഉടൻ മണ്ണടിക്കാവിലെത്തി കാമ്പിത്താന്റെ വെളിപാടിനായി നടക്കൽ ചെന്ന് പ്രാർത്ഥിച്ചു.

അപ്പോൾ കാമ്പിത്താൻ തുള്ളി വന്നു പറഞ്ഞു : "എന്റെ തട്ടകത്തിൽ തേവലശ്ശേരി നമ്പി വന്നു കർമം ചെയ്യുന്നത് എനിക്ക സമ്മതമാണ്. പക്ഷേ മറ്റൊരു മന്ത്രവാദിയും ഇവിടെ വന്നുകൂടാ."

ഈ വിവരം വീട്ടുകാർ നമ്പിയെ അറിയിച്ചു.

നമ്പി പൂജക്കും ഹോമത്തിനുമുള്ള ചാർത്ത് എഴുതി കൊടുത്തു മണ്ണടിക്കാവിലെ ശാന്തിമഠത്തിൽ വച്ചാണ് മന്ത്രവാദം നടത്തുന്നത്.

നമ്പി സന്ധ്യയോടെ ക്ഷേത്രത്തിലെത്തി കുളിച്ചുതൊഴുത് രാത്രി മുഴുവൻ ഭജനമിരുന്നു.

വെളുപ്പാൻകാലത്ത് കർമം തുടങ്ങി.

പൂജയും ഹോമവും അന്നു പകൽ മുഴുവൻ നീണ്ടു.

ആ സ്ത്രീ ഇടക്കിടെ അലറുന്നുണ്ട്.

അലർച്ചയോടൊപ്പം അവർ നമ്പിയോട് ഇങ്ങനെ വിളിച്ചു പറഞ്ഞു : "ഞാൻ ഗന്ധർവനാണ്. എന്നെ ഒഴിപ്പിക്കാൻ നമ്പി നോക്കേണ്ടതില്ല. ഞാൻ ഈ സ്ത്രീയെ കൂടെ കൊണ്ടുപോകും. അഥവാ ഒഴിവാക്കാൻ ശ്രമിച്ചാൽ ഞാൻ ശപിക്കും."

നമ്പി ഒന്നും ഗൗനിച്ചില്ല.

അദ്ദേഹം സ്ത്രീയുടെ ഭർത്താവായ പിഷാരടിയെ വിളിച്ചു.

എന്നിട്ടു പറഞ്ഞു : "മുപ്പത്താറിടങ്ങഴിപ്പാലും മുപ്പത്താറുപലം പഞ്ചസാരയും വേണം. വേഗമാകട്ടെ."

സന്ധ്യാപൂജക്ക് മുമ്പ് നമ്പി പറഞ്ഞ സാമഗ്രികൾ പിഷാരടി എത്തിച്ചുകൊടുത്തു.

നമ്പി പിണിയാൾക്ക് ഇരിക്കാനുള്ള കളം ഉമിക്കരികൊണ്ട് വരച്ചിട്ട് സ്ത്രീയെ അതിലിരുത്തി പൂജ തുടങ്ങി.

പൂജയും ഗന്ധർവനുള്ള പ്രീതിഹോമവും കഴിച്ചശേഷം അദ്ദേഹം എഴുന്നേറ്റ് പൂജിച്ച അക്ഷതവും പൂവും വാരിയെടുത്ത് ഒരു അലർച്ചയോടെ സ്ത്രയുടെ മുഖത്തേക്കെറിഞ്ഞു.

അപ്പോഴേക്കും മണ്ണടിക്കാവിൽ ഭഗവതി ആവേശിച്ച് കാമ്പിത്താനും അവിടെ തുള്ളിയെത്തി.

സ്ത്രീ വിളിച്ചു പറഞ്ഞു: "എനിക്ക് ദാഹിക്കുന്നു. ദാഹം ശമിപ്പിക്കാൻ എന്തെങ്കിലും ഉടൻ തരൂ.."

നമ്പി അപ്പോൾ മുപ്പത്താറുപലം പഞ്ചസാര കുറുക്കിച്ചേർത്ത് കാച്ചിയ മുപ്പത്താറിടങ്ങഴിപ്പാൽ സ്ത്രീക്ക് കൊടുത്തു.

അവരതുമുഴുവൻ ഒറ്റവലിക്ക് കുടിച്ചുതീർത്തു.

കണ്ടുനിന്നവർ ഞെട്ടിപ്പോയി.

"തൃപ്തിയായോ..?"

നമ്പി ചോദിച്ചു.

"തൃപ്തിയായി."

സ്ത്രീ പറഞ്ഞു.

"ഇനി ഒഴിഞ്ഞു പൊയ്ക്കൂടേ..?"

"സാധ്യമല്ല. ഈ ദേഹം വിട്ട് ഞാൻ പോവില്ല. എന്നെ നിർബന്ധിക്കരുത്."

സ്ത്രീ പറഞ്ഞു.

അപ്പോൾ കാമ്പിത്താൻ തുള്ളിപ്പറഞ്ഞു.

"എന്റെ നമ്പിയെ പരീക്ഷിക്കരുത്. നമ്പി ഉപദ്രവിച്ചുതുടങ്ങിയാൽ അപമാനത്തോടും സങ്കടത്തോടും കൂടി പോകേണ്ടി വരും. അതൊഴിവാക്കുന്നതാണ് നല്ലത്."

"നമ്പി അത്ര വലിയവനാണോ? എന്നാൽ അതൊന്നറിയണമല്ലോ."

സ്ത്രീ പരിഹാസത്തോടെ പറഞ്ഞുകൊണ്ട് അടുത്തുള്ള കസേരയിൽ ചാടിക്കയറി കാലിന്മേൽ കാൽ കയറ്റി വച്ച് പ്രൗഢിയോടെ ഇരുന്നു.

എന്നിട്ട് താമ്പാളത്തിൽ നിന്ന് അമ്പത്താറു വെറ്റിലയും പന്ത്രണ്ട് അടക്കയും അതിനടുത്ത ചുണ്ണാമ്പും ചേർത്ത് വിസ്തരിച്ചുമുറുക്കി .

പിന്നെ ചോദ്യങ്ങളാംരംഭിച്ചു.

മന്ത്രസാരം, യന്ത്രസാരം, പ്രപഞ്ചസാരം, പ്രയോഗസാരം, മന്ത്രദീപിക, തുടങ്ങിയ പ്രാചീന മന്ത്രഗ്രന്ഥങ്ങളുടെ ഗൂഢാർത്ഥങ്ങളെ കുറിച്ചായിരുന്നു ചോദ്യം.

നമ്പി എല്ലാത്തിനും കൃത്യമായി ഉത്തരം നൽകി.

അപ്പോൾ സ്ത്രീ പറഞ്ഞു : "ഇവൻ യോഗ്യൻ തന്നെ. ഇവനെപോലെ ഒരാൾ ഈ അഞ്ഞൂറുവർഷത്തിനുള്ളിൽ ഭൂമിയിൽ ജനിച്ചിട്ടില്ല. പക്ഷേ ഇവനോട് പിണങ്ങേണ്ടി വരുന്നതിൽ എനിക്ക് സങ്കടമുണ്ട്. ഞാൻ ഇവളെ വിട്ടുപോകില്ല. എന്നെ ഉപദ്രവിച്ചാൽ ഞാൻ ശപിക്കും."

തുടർന്ന് സ്ത്രീ പാട്ടുപാടുകയും നൃത്തം ചെയ്യുകയും ചെയ്തു.

അത് കേവലം ഗോഷ്ടിയായിരുന്നില്ല, അപ്സരസ്സുകളെ വെല്ലുന്ന നടനം തന്നെയായിരുന്നു.

ആ സ്ത്രീക്കാണെങ്കിൽ യഥാർത്ഥത്തിൽ പാട്ടും നൃത്തവുമൊന്നും അറിയുകയുമില്ല.

"അങ്ങ് ഈ ദേഹം വിട്ട് പോകുന്നില്ലെങ്കിൽ എനിക്ക് അങ്ങയെ ഉപദ്രവിക്കേണ്ടി വരും." എന്നു പറഞ്ഞുകൊണ്ട് നമ്പി ഉമിക്കരികൊണ്ട് ഒരു വൃത്തം വരച്ചു.

"നമ്പി അതു ചെയ്യരുത്. ഒരു മൂന്നു വർഷം കൂടി ഇവളുമായി രമിക്കാൻ എനിക്ക് അവസരമുണ്ടാക്കണം. അതിനു ശേഷം ഞാൻ പോയ്ക്കൊളാം."

സ്ത്രീയിൽ ബാധിച്ചിരുന്ന ഗന്ധർവൻ പറഞ്ഞു.

"മൂന്നുവർഷം പോയിട്ട് മൂന്നുനാഴിക സമയം പോലും ഞാൻ അങ്ങേക്ക് തരില്ല."

എന്ന് പറഞ്ഞ് നമ്പി മന്ത്രം ജപിച്ച് ചൂരൽ കൊണ്ട് മൂന്നു പ്രാവശ്യം ചക്രത്തിൽ ആഞ്ഞടിച്ചു.

സ്ത്രീ എട്ടും ദിക്കും പൊട്ടുമാറ് ഉച്ചത്തിൽ അലറിക്കരഞ്ഞു.

"അയ്യയ്യോ ഞാൻ പൊയ്ക്കോളാമേ. എന്നെ ഇങ്ങനെ ഉപദ്രവിക്കരുതേ."

"ഉപദ്രവിക്കാതിരിക്കണമെങ്കിൽ അങ്ങു ഒഴിഞ്ഞു പോയേ പറ്റൂ"

"ഞാൻ നിന്നെ ശപിക്കുന്നു. നിനക്ക് സന്തതികളില്ലാതെ നിന്റെ വംശം നശിച്ചുപോകട്ടെ."

അതുകേട്ട് നമ്പി ചിരിച്ചുകൊണ്ട് പറഞ്ഞു.

"കല്ല്യാണം കഴിക്കാത്ത, എഴുപത്തഞ്ച് വയസ്സായ എനിക്ക് ഇനിയെവിടെ നിന്നു സന്തതിയുണ്ടാകാനാണ്. ഭൂമിയിലെ എന്റെ സമയം തീരാറായി. അതുകൊണ്ട് വിരട്ടാതെ സത്യം ചെയ്ത് വേഗം പുറത്തുപോകൂ."

അതോടെ രക്ഷയില്ലെന്നു മനസിലായ ഗന്ധർവൻ പൊന്നും വിളക്കും പിടിച്ച് സത്യം ചെയ്ത് സ്ത്രീയുടെ ദേഹത്തുനിന്നും എന്നേക്കുമായി ഒഴിഞ്ഞുപോയി.

ബാധ ഒഴിഞ്ഞതോടെ സ്ത്രീ ബോധം കെട്ട് നിലത്തു വീണു.

ഉടൻ തന്നെ ആ മഠത്തിനുണ്ടായിരുന്ന വലിയ പടിപ്പുര വൻശബ്ദത്തോടെ നിലം പതിച്ചു.

ഗന്ധർവൻ പോകുന്നപോക്കിൽ തട്ടിയിട്ടതായിരുന്നു അത്.

പിഷാരടിയുടെ കുടുംബം ആയിരം പണം നമ്പിക്ക് ദക്ഷിണ നല്കി.

നമ്പി അത് മുഴുവൻ മണ്ണടിക്കാവിൽ ഭഗവതിക്ക് വഴിപാടായി സമർപ്പിച്ച് കാമ്പിത്താനെ ഏൽപിച്ചു.

അദ്ദേഹം വീട്ടിലേക്ക് പോയി. തൊട്ടു മുമ്പ് ചില ലക്ഷണങ്ങൾ കണ്ടതുകൊണ്ട് തന്റെ സമയം ആഗതമായെന്ന് നമ്പിക്ക് മനസിലായി. നാലാം ദിവസമാണ് അദ്ദേഹം വീട്ടിലെത്തിയത്.

10

ദുർമന്ത്രവാദിയുടെ ചതി

വീട്ടിലെത്തിയപ്പോൾ ഒരു നമ്പൂതിരി അദ്ദേഹത്തെ കാത്ത് നിൽക്കുന്നുണ്ടായിരുന്നു.

"ഞാൻ അങ്ങയെ കാത്തിരിക്കുകയായിരുന്നു. ഒരു സമ്മാനം തരാനുണ്ടായിരുന്നു."

നമ്പൂതിരി അതും പറഞ്ഞ് ഒരു സ്വർണമോതിരം നമ്പിക്ക് കൊടുത്തു.

നമ്പി അതു വാങ്ങി.

മോതിരം വാങ്ങിയപ്പോൾ നമ്പിയുടെ വലംകണ്ണ് തെരുതെരെ തുടിച്ചു.

മാത്രമല്ല കഴുത്തിലെ തൃപുരസുന്ദരീയന്ത്രം ചുട്ടുപഴുത്തപോലെ ചൂടാവുകയും ചെയ്തു.

ആ മോതിരം നമ്പിക്ക് സമ്മാനമായി കൊടുക്കാനുണ്ടായ സാഹചര്യം നമ്പൂതിരി വിവരിച്ചു.

ആ നമ്പൂതിരി ഉശകാറാവുത്തർ എന്ന തൊടുപുഴക്കാരൻ അറബിമാന്ത്രികനെ മുമ്പ് കണ്ടിരുന്നു.

കാരെള്ള് യക്ഷി എന്ന കൊടിയ ബാധമൂലം ഉണ്ടാകുന്ന വൃഷണവീക്കം നമ്പൂതിരിക്ക് ഉണ്ടായിരുന്നു.

എന്തൊക്കെ മരുന്ന് ചെയ്തിട്ടും പലപല മന്ത്രവാദികളെ കണ്ടിട്ടും നമ്പൂതിരിയുടെ രോഗം ശമിച്ചില്ല.

നമ്പൂതിരി ഉശകാറാവുത്തരെ കണ്ടെങ്കിലും രോഗം ശമിപ്പിക്കാൻ അയാൾക്കുമായില്ല. എന്നുമാത്രമല്ല റാവുത്തരുടെ മന്ത്രവാദം കൊണ്ട് നമ്പൂതിരിയുടെ വൃഷണം പഴുത്തുതുടങ്ങി.

അയാൾക്ക് നിൽക്കാനും ഇരിക്കാനും കിടക്കാനും നടക്കാനും വയ്യാതായി.

കുറേ അന്വേഷണത്തിനൊടുവിൽ നമ്പൂതിരി നമ്പിയെ പറ്റി കേൾക്കാനിടയായി. നമ്പൂതിരി ഒരുവിധം ചെങ്ങന്നൂരുവന്ന് നമ്പിയെ കണ്ടു.

നമ്പി കുറച്ച് ആവണക്കെണ്ണ ജപിച്ചുകൊടുത്തിട്ട് പറഞ്ഞു. : “കുരുമുളകുകൊടിയുടെ വേര് കുറേയെടുത്ത് കഷായം വച്ച് ഈ ആവണക്കെണ്ണ ചേർത്ത് കഴിച്ചോളൂ. രോഗം ഭേദമാകും.”

നമ്പൂതിരി അങ്ങനെ ചെയ്തു.

ഇരുപത്തിയൊന്നുദിവസം കൊണ്ട് രോഗം ഭേദമായി.

ആ വിവരം നമ്പൂതിരി റാവുത്തരോട് പറഞ്ഞു.

അതോടെ റാവുത്തർക്ക് നമ്പിയോടുണ്ടായിരുന്ന അസൂയയും പകയും ഇരട്ടിച്ചു.

പഴയ അപമാനത്തിന്റെ കണക്കുമുണ്ടല്ലോ.

അതിനയാൾ ഒരു കുരുട്ടുബുദ്ധി പ്രയോഗിച്ചു.

അടുത്തദിവസം നമ്പൂതിരിക്ക് റാവുത്തർ ഒരു സ്വർണമോതിരം നൽകിയിട്ട പറഞ്ഞു : “നമ്പി എന്തുകൊണ്ടും കേമനാണ്. അദ്ദേഹത്തിന് ഈ മോതിരം എന്റെ വക സമ്മാനമായി കൊടുത്തേക്കൂ.”

ആ മോതിരമാണ് നമ്പിക്ക് നമ്പൂതിരി കൊടുത്തത്.

ചതി മനസിലായ നമ്പി കുറച്ചുനേരം മൗനമായി നിന്നു.

എന്നിട്ട് ഒരു ഓലയെടുത്ത് ഇങ്ങനെയെഴുതി. : "ഇത് നിന്നിൽ നിന്ന് എന്നെങ്കിലും ഞാൻ പ്രതീക്ഷിച്ചതാണ്. ഇപ്പോൾ സമയം ഒത്തു വന്നു. നിനക്കും എനിക്കും. എനിക്ക് നാൽപത്തിയൊന്നെങ്കിൽ നിനക്ക് പന്ത്രണ്ടാണ്."

ആ ഓല നമ്പൂതിരിയെ ഏൽപിച്ച് നമ്പി പറഞ്ഞു : "ഇത് ഉശകാറാവുത്തർക്ക് ഇന്നുതന്നെ കൊടുക്കണം. സമ്മാനം കിട്ടിയ സന്തോഷത്തിനാണെന്ന് പ്രത്യേകം പറയുകയും വേണം."

നമ്പൂതിരി അന്നുതന്നെ ഓല റാവുത്തർക്ക് എത്തിച്ചുകൊടുത്തു.

അന്നേക്ക് പന്ത്രണ്ടാം ദിവസം റാവുത്തർ മരിച്ചു.

നാൽപത്തിയൊന്നാം ദിവസം നമ്പിയും മരിച്ചു.

അദ്ദേഹത്തിന് സന്തതികളില്ലാത്തതിനാൽ തേവലശ്ശേരി വംശം നശിച്ചുപോയി.

പക്ഷേ അന്നും ഇന്നും തേവലശ്ശേരി നമ്പിയെ ആരും മറക്കുകയില്ല.

കേരളപ്പഴമയുടെ കഥയേടുകളിൽ ആ പേര് സ്വർണനക്ഷത്രം പോലെ മിന്നിത്തിളങ്ങിക്കൊണ്ടിരിക്കും.

വിനോദ് നാരായണന്

മലയാളസാഹിത്യഭൂമികയിൽ ക്രൈം ത്രില്ലർ നോവലുകളിലൂടെയും ബാലസാഹിത്യ കൃതികളിലൂടെയും തന്റേതായ ചെറിയ ഒരിടം സ്ഥാപിച്ച എഴുത്തുകാരൻ. ഇംഗ്ലീഷിലും

മലയാളത്തിലുമായി 160 ൽ അധികം പുസ്തകങ്ങൾ എഴുതി പ്രസിദ്ധീകരിച്ചു. ആദ്യത്തെ കഥ പ്രസിദ്ധീകരിച്ചത് 1997 ൽ മംഗളം വാരിക ആയിരുന്നു. പക്ഷികൾ ചേക്കേറുന്നിടം എന്ന ആ കഥയിൽ തുടങ്ങിയ എഴുത്തു ജീവിതം ഇന്നും തുടരുന്നു. ആദ്യ നോവൽ മായക്കൊട്ടാരം 1999 ൽ മനോരാജ്യം വാരിക ഖണ്ഡശഃ പ്രസിദ്ധീകരിച്ചു. തുടർന്ന് മലയാളത്തിലെ നിരവധി പ്രസാധകരിലൂടെ പുസ്തകങ്ങൾ പ്രസിദ്ധീകരിച്ചു. പ്രമുഖ ഇല്ലസ്ട്രേറ്ററായ അനിൽ നാരായണൻ ഇദ്ദേഹത്തിന്റെ അനുജനാണ്. ഇവരുടെ കൂട്ടുകെട്ടിലൂടെ നിരവധി ബാലസാഹിത്യകൃതികൾ പ്രസിദ്ധീകരിക്കപ്പെട്ടു.

1975 ൽ തൃപ്പൂണിത്തുറയിൽ ജനിച്ചു. ഹൈസ്കൂൾ വിദ്യാഭ്യാസം ചോറ്റാനിക്കരയിൽ. എംജി യൂണിവേഴ്സിറ്റിയിൽ നിന്ന ബിരുദാനന്തര ബിരുദം നേടിയ ശേഷം പത്രപ്രവർത്തകനായി അൽപകാലം ജോലി നോക്കി. പിന്നീട് ഫ്രീലാൻസ് എഴുത്തുകാരനായി. സ്വന്തമായി പുസ്തകപ്രസാധക സംരംഭം ഉണ്ട്. നിരവധി ഹ്രസ്വചിത്രങ്ങൾ ചെയ്തു. ഇപ്പോൾ വൈക്കത്തിനടുത്തുള്ള ചെമ്പ് എന്ന ഗ്രാമത്തിൽ താമസിക്കുന്നു.

വിലാസം: ശിവരഞ്ജിനി, മത്തുങ്കൽ റോഡ്
ചെമ്പ്, വൈക്കം. കോട്ടയം ജില്ല. പിൻകോഡ് 686608
Email : boonsenter@gmail.com

FCW - #0267 - 061026 - C0 - 216/140/4 - PB - 9798889752707 - Matt Lamination